# முதற்கவிதை

ஜான்சி குமரேசன்

ISBN 979-8-89446-368-1

# முன்னுரை

எங்கும் கவிதை எதிலும் கவிதை. எதிர் நோக்கும் ஒவ்வொரு அசைவிலும் கவிதையே.

மொழியின் தன்மையில் தானாகவே சிறகடித்து வரும் வார்த்தைகள். அதன் கோர்வையாய் அதனுடன் பயணிக்கும் உணர்வுகள். கவிதையின் நடைகளில் கைகோர்த்து காற்றாய் மிதக்கிறது கற்பனைகள். அவற்றை அழகாக்கிட அதில் சேர்கிறது வர்ணனைகள்.

தமிழ் மொழியின் ஒவ்வொரு அங்கமும் கவிதை வடிவமே. காணும் காட்சிகளையும், பெறும் அனுபவங்களையும் , பழகும் உயிர்களையும், உணரும் உணர்ச்சிகளையும், சந்திக்கும் போராட்டங்களையும் அவற்றின் இயல்பிலேயே கவிதையாய் வடித்திருப்பதே இப்புத்தகம்.

தமிழினத்தின் பெருமிதம் கொண்டு புத்தகத்தை நேசிப்போம், தமிழை சுவாசிப்போம்.

அன்புடன்,
ஜான்சி குமரேசன்.

# உள்ளடக்கம்

# 01

# இயற்கையின் ஓரத்தில்

பனிநின்ற புல்லின்மேல்
உரசியோடும் தென்றல்
காற்றோடு பாடிவரும்
பறவையின் தேன்குரல்....

இலையோடு உரசிடும்
அசைந்தாடும் மரங்கள்
விண்ணோடு கைத்தொடும்
அலங்கார மூங்கில்கள்....

வானுயர்ந்து நிற்கும்
வியத்தகு மலைகள்
வீசிடும் புயலினில்
உருண்டோடும் கற்கள்....

எட்டும் தொலைவெங்கும்
பரந்திருக்கும் கடல்கள்
விளிம்பில் ஊசலாடும்
வெண்ணிற மேகங்கள்....

சலசலவென ஆர்ப்பரிக்கும்
சில்லென்ற அலைகள்
திசைக்கு ஏற்றாற்போல்
மிதந்திடும் படகுகள்....

தனிமையின் கதைசொல்லும்
இருள்சூழ்ந்த இரவுகள்
வெண்மதி அழகினில்
மயங்கிடும் மனிதர்கள்....

ஆழ்ந்த அர்த்தங்களுடன்
நின்றிடும் இடங்கள்
சோகத்தில் துணையிருக்கும்
ராகங்களின் இசைகள்....

அழகின் உருவமாய்
செதிக்கிட்ட சிற்பங்கள்
சிற்பியின் உளிதாங்கிய
மிகப்பெரும் பாறைகள்....

நினைவுகள் சுமந்துவரும்
நீங்காத பயணங்கள்
சுவைகளை மறக்காத
உடனடி உணவுகள்....

சென்றடையும் இடமறியா
போகின்ற பாதைகள்
புரிந்துகொள்ள முடியாத
வாழ்வின் எதார்த்தங்கள்....

வெள்ளோடை ஓடிவரும்
பிரகாசமான வெளிச்சங்கள்
இரணங்களின் ரகசியமாய்
கனமான இருள்கள்....

சொல்ல மொழியற்றுப்போகும்
அர்த்தமுள்ள மௌனங்கள்
சில்லரையாய் கொட்டிடும்
வசனமான வார்த்தைகள்....

எதையும் தெரியாமல்
மறைத்திடும் தூக்கங்கள்
யோசித்து குழம்பிடும்
கழிந்திடாத பொழுதுகள்....

சொத்தாய் சேமிக்கும்
நிறைந்திருக்கும் வளங்கள்
அடையாளம் இல்லாமல்
கரைந்திட்ட சுவடுகள்....

நினைவுகளின் கோர்வையாய்
பக்குவப்பட்ட மனங்கள்
நிகழ்ந்த நிகழ்வுகளால்
கிடைத்திட்ட அனுபவங்கள்....

கவலைகள் மறக்கும்
படைப்பாய் மழலைகள்
போகின்ற வழியினில்
எட்டிடும் உயரங்கள்....

மழையாய் விழுந்திடும்
ஈரப்பதமிக்க துளிகள்
வெப்பத்தை வீசிடும்
அனல்மிகு கதிர்கள்....

ஆகாயத்தில் பூத்திடும்
மின்னுகின்ற விண்மீன்கள்
நிலத்தில் மினுமினுக்கும்
மின்மினிப் பூச்சிகள்....

அலைஅலையாய் கொட்டிடும்
அடித்துவரும் அருவிகள்
நீருக்காக காத்திருக்கும்
பரந்திருக்கும் வயல்கள்....

மொழிகளின் வலிமையால்
இயற்றிடும் இலக்கணங்கள்
அனைத்தையும் எழுதிடும்
எழில்மொழி கவிதைகள்....

# 02

# பெண் கனவு

கருவறையின் காரிருளும்
கலங்கடிக்காமல் கதிர்விடும்
கருக்கண்டது அவளானதால்....(பெண்)

சீற்றம் கொண்ட ஆழியும்
சீறிப்பாய்ந்து அரவணைத்தது
சிப்பியின் முத்தாய்
சிறகடித்து புவிவருபவளை...

மழலையின் வண்ணமுடன்
மயக்கும் பால்கிண்ணமுடன்
தத்தித்தவழும் பாதத்தை
தாங்க விரைந்தாள் நிலமகள்...

உதிர்க்கும் வார்த்தைகளில்
உறைபனியும் உருகியது
குழந்தையின் குரும்பில்
குளங்களும் பெருகியது....

---

மழலை மங்கையாக
வண்ணமதி முகமாக
விண்மீன் மலராக
வானவில் சரிகையானது...

கவியே செவிக்கு அணியாக
கதிரவன் பிரகாசம் விழியிரண்டில்
கருவிழிதனில் கார்மேகம் ஊசலாட
காற்றே சலங்கையானது...

பெருகிவரும் அருவி கார்குழலாக
பூவிதழ்கள் தவமிருந்து தேகமாக
புவியின் மேன்மை பாதச்சுவடாக
புன்னகை அண்டத்தின் செல்வமானது....

பாருலகமும் பவித்திரமாகும்
பாவையவளின் பார்வையால்
எத்திக்கும் ஏங்கிநிற்கும்
எழிலோவியம் அவளானதால்....

அழகுச்சிலை அவள்
அப்பொழுது அறியவில்லை
அக்னி சொரூபம்
அவளாவாள் என்று..

கண்ணிரண்டில் கனவுகள்
கண்டமளவில் கடமைகள்
தேரோட்ட வாழ்வு போராட்டமானது
தேடிப்பிடிப்பது கனவானதால்....

வசந்தம் பெற்ற விழிகள்
கண்ணீரில் கரைந்தோடியது
வண்ண தோகைப்பாதை
வறண்ட பாலைவனமாகியது....

கால்கட்டு குலவழக்கம்
என்னும் சுற்றம்
என்றும் அறிவதில்லை
கனவுகட்கு அவளின் மதிப்பை....

வளியே மாரி வடித்தது
அவளின் வலியைக் காண
விழி இழந்ததால்....

எத்தனை துயரம்
எவற்றையும் துணிவோடு
எதிர்ப்பவள் - எதிர்பார்ப்பது
எண்ணிய கனவையே....

துணையின்றி துயரமனைத்தும்
தனித்திருந்து தாண்டியவள்
வாழ்வானது விருட்சத்தை
விளைவிக்கும் விதையானது....

இருப்பினும் இன்னுயிர்தந்து
இலக்கை இருப்பிடமாக்க
இக்கணமும் இச்சையுடன்
இயன்றுவருபவள் அவள்....

அடுத்தடுத்து அடுக்கடுக்காய்
அடித்துவரும் ஆர்ப்பரிக்கும்
அலையில் தோணியாவாள்....

கனவுகளைக் காக்க
கஷ்டமனைத்தையும் இஷ்டமாக்கிய
காவியம் ஆவாள்....

தொடுவானம் தடுத்தாலும்
தொடர்கிறது தன்மானம்

அண்டமே தடையானாலும்
அஞ்சாத தனித்துவம்....

வேதனையை வேண்டிப்பெற்ற
தேவதையின் தேவையானது
தேக்கிவைத்த கனவு மட்டுமே....

இவ்வனைத்தின் இடையிலும்
அவள் கூற்று

"நான் கொண்டது
சுயமரியாதை....

எனக்கு மட்டுமல்ல
என் கனவுகளுக்கும் உண்டு"....

# 03

# உன்னைத் தொடர்ந்திட

வெண்மலர் கொஞ்சும் மாலை
பொழுதில் மதில் சூழ்ந்திருக்க
மடிமீது தவழும் உன்னையே
பொழுதெல்லாம் வேண்டுகிறேன்....

வெண்மேகம் திரண்ட வேளை
பொன்னான நிலவொளி இருக்க
மிதந்து வரும் நேரம்
மின்னல் கீற்றுகள் கோலம்....

எண்ணங்கள் எங்கெங்கும் நீயாக
மாறுவதாய் காண்கிறேன் உனதாக
என்னவன் கைப்பிடிக்கும் விரலனைத்தும்
மட்டற்ற மகிழ்ச்சி ஒட்டுமொத்தம்....

இனிதான நிமிடம் கடக்கிறது
மனம்அங்கேயே நின்றுவிடத் துடிக்கிறது
என்றென்றும் வாழ்வனைத்தும் தேரோட்டம்
மாறாத காதலுடன் விண்மீன்கூட்டம்....

ஒவ்வொரு மணித்துளியும் உனக்காகவே
உயிர் துடிக்க ஏங்குகிறேன்
ஓராயிரம் ஜென்மங்கள் கடந்தாலும்
உன் உறவொன்றையே வேண்டுகிறேன்....

ஓடிவரும் உன் நினைவுகளை
உதிரத்தால் உயிர் ஊட்டுகிறேன்
ஒப்பில்லா உன் அன்பொன்றையே
உயிரினும் மேலாக எண்ணுகிறேன்....

வெயில் வெளி நடந்தாலும்
வெண்பனி வெளிச்சம் உன்னோடு
வெள்ளி வானம் சூழும்
வெளி சென்றிடும் நேரம்....

முடியாத பாதை முன்னிருக்க
முகிலோடு பயணம் உன்னோடு
முத்தும் நிறைந்து கிடக்கும்
முப்பொழுதும் கடக்கும் தூரம்....

நீலவானம் நீளும் தூரம்
உன்னோடு நானும் வரவேண்டும்
வானவில்லின் வண்ணமயம் யாவும்
வாழ்வின் பக்கங்கள் ஆகவேண்டும்....

சந்திரன் சன்னல் வந்துபோகும்
சந்தோஷம் என்றுமிருக்க வேண்டும்
விண்மீனும் பார்த்து வியக்கும்
ஒளியாவும் வாழ்வில் வேண்டும்....

திரும்பிய பக்கமெல்லாம் உன்முகம்
தேடிடும் கண்கள் கொண்டேன்
திசை அனைத்தும் உன்னையே
தீண்டிட காற்றாய் எண்ணுகிறேன்....

தித்திக்கும் மொழி கேட்கவே
தினம்தினம் இசையாய் நினைக்கிறேன்
தீராத அன்புடன் நானும்
தினம்தோறும் இருக்கத் துடிக்கிறேன்....

தூவிடும் வானமும் புன்னகைக்கும்
தொலைந்த என்னை உன்னில்தேடிட
தொடர் கதையாய் உந்தன்
தோளில் என்றும் தொடர்ந்திட....

தொலைவினில் செல்ல பரிதவிக்கும்
தொடும்தூரம் மனம் சிறகடிக்கும்
தொன்மையாய் இங்கு உன்மனம்
தொடக்கம் என்றும் நீயாகிட....

உன்னைக் காணாத கணங்களில்
நிமிடமும் நகர மறுக்கிறது
உன் பிம்பமொன்றே வேண்டுமென்று
கடைக்கண்ணும் நின்று கெஞ்சுகிறது....

வார்த்தைகள் இங்கில்லை நீயில்லாத
நாட்களில் என்மனதின் நிலையறிய
வழிகளும் காத்திருக்கும் மீண்டும்
உன்னை என்னிடம் வரவேற்க....

அன்றிலாய் வாழ்ந்திடும் நம்மைக்கண்டு
அன்புடன் நகர்கிறது இவ்வுலகம்
அட்சதை தூவுகிறது தினமும்
அலங்கார கோலங்கள் வாயிலெங்கும்....

அபூர்வமாய் உன்னையே காண்கிறேன்
ஆசை முகம் என்றென்றும்
அசையமறந்து நானும் உறைகிறேன்
அருகில் சுவாசம் தீண்டட்டும்....

தோளோடு சாயும் மயக்கம்தனில்
தேக்கிவைத்த கவலைகள் மறந்திடுதே
சாரல் தெரிக்கும் பொன்மாலைதனில்
சகலமும் சரியாகி பறந்திடுதே....

வாழ்வின் எல்லைவரை கைப்பிடித்து
வழிகள்தோறும் உடன்வர சிலிர்த்திடுதே
இப்பொழுது போல் எந்நாளும்
எப்போதும் இருந்திட மகிழ்ந்திடுதே....

# 04

# உன்னதமான உண்மை எங்கே

துரோகங்களும் துச்சங்களும்
துரத்தியடித்த பொழுதினில்
துயரனைத்தும் தனித்திருந்தே
தாங்க உண்மை எங்கே....

நம்பிக்கையுடன் நாணயமுடன்
நல்லெனவே நடத்திட்ட
நலமான நிலைப்பாடுள்ள
நன்றியின் உண்மை எங்கே....

மட்டற்ற மதிப்பினையும்
மாண்புமிகு மரியாதையும்
மாயமாய் போயிடவே
மனதின் உண்மை எங்கே....

சிக்கல்களில் சிக்கிடவும்
சிதறல்களால் தெரித்திடவும்
சிகரமனைத்தும் சரிக்கிடவும்
சிரிப்பின் உண்மை எங்கே....

உயரத்தினில் ஊர்தியாய்
உலகத்தினில் உன்னதமாய்
உதாசினம் செய்யப்பட்ட
உழைப்பின் உண்மை எங்கே....

தோற்றங்கள் பலகொண்டு
தோள்களில் கனம்கொண்டு
தோகையினை ஒடித்திட்ட
தோல்வியின் உண்மை எங்கே....

கஷ்டங்கள் கடல்போலவே
கடந்துவரத்தான் வழியெதுவே
கண்டங்களில் கரைந்திட்ட
கண்ணீரின் உண்மை எங்கே....

வறுமையிலும் வைராக்கியம்
வாடினாலும் தொடர்ந்திடும்
வற்றாமலே உணர்ந்திட்ட
வலியின் உண்மை எங்கே....

பவித்திரமும் பாலையாகவே
பயன்பாடுகளும் குறுகிடவே
பார்த்தேதான் காத்திருந்த
பாதையின் உண்மை எங்கே....

உதிக்கையில் மறைந்திட்ட
உளிகொண்டே செதிக்கிட்ட
உதவிகளிலும் ஊமையாகிய
உணர்வின் உண்மை எங்கே....

அதர்மங்கள் ஆடுகையிலும்
அநீதிகளால் அழிகையிலும்
அசாத்தியம் பேசுகையிலும்
அமைதியின் உண்மை எங்கே....

தேய்ந்திட்ட பொழுதுகளிலும்
தேங்கிவிட்ட நொடிகளிலும்
தேடிடவேதான் துடித்திருந்த
தேடல்களின் உண்மை எங்கே....

மனிதர்களின் மனங்களில்
மறைந்திருந்த மனசாட்சியில்
மறைமுகமாக இருந்திட்ட
மௌனத்தின் உண்மை எங்கே....

விவேகமெனும் விளக்கினால்
விழித்திருந்தே விடைத்தேடிட
வினாவாய் விளங்கிட்ட
விசுவாசத்தின் உண்மை எங்கே...

காவியமாகவே காத்திருந்த
காலந்தோறும் நினைத்திருந்த
காணாமல்தான் போயிற்ற
காட்சியின் உண்மை எங்கே...

விண்ணப்பங்கள் விடைக்கண்டு
வியாபித்திருக்க வழிக்கண்டு
விழுந்திருந்த விண்ணாய்
வீழ்ச்சியின் உண்மை எங்கே...

நேரமெல்லாம் பயன்படுத்த
நேர்பாதையில் பயணித்த
நெஞ்சத்தினில் காத்திட்ட
நேர்மையின் உண்மை எங்கே....

பக்குவத்துடனே பார்த்திருந்த
பாசத்துடனே சேர்த்திருந்த
பட்டினியாய் கிடந்திருந்த
பசியின் உண்மை எங்கே....

வஞ்சமெல்லாம் சேர்ந்திட
வசதியெல்லாம் தேடியோடிட
வயிற்றிலடித்து விதிசெய்த
வறுமையின் உண்மை எங்கே....

உலகமும் உணர்ந்திடாத
உற்றோரும் புரிந்திடாத
உள்ளத்தினில் கரைந்திடாத
உன்னதமான உண்மை எங்கே....

# 05

# அப்பா எனும் ஆண்தேவதை

உழைத்துத்தேய்ந்த ரேகைகள்
உயிர்ப்புள்ள கதைசொல்லும்
உன்னதமாகின பாதைகள்
உன்பாதம் தீண்டியவழியெங்கும்....

தன்னலத்தை தூக்கியெறிந்த
தரணிப்போற்றிடும் தாரகமே
தாங்கிப்பிடிக்கவே கரம்கொண்ட
தானாய்வந்திட்டத் தூயவரே....

வியர்வைகளும் தடம்பாடிடும்
வழிகாட்டியாய் விளங்கியவரை
விசித்திரங்களும் மெய்யாகும்
விரல்பிடித்திட்டே உடன்வர....

ஆசைகளை பிள்ளைகளுடைய
அகம்வழியே கண்டுகொண்டு
ஆண்டெல்லாம் பணியினிலே
அயராமல்தான் இருந்திடவே....

இதயத்திலும் நினைவுகளிலும்
இன்பமாகவே சுமந்திருக்கும்
இன்றியமையா உங்களுக்கும்
இசையெல்லாம் மழைத்தூவும்....

தனக்கென ஏதும்செய்திடாமல்
தன்குடும்பத்தின் நலன்கருதிடும்
தருணங்கள் ஒவ்வொன்றிலும்
தாங்கியேதான் பிடித்திடும்....

பண்டிகைநாளில் பட்டாடைகள்
பலவிதமாக வந்துசேர்ந்திடும்
அவர்மட்டும் தினம்உடுத்திடும்
அவருக்கான உடையுடனே....

துரும்பாயினும் பக்கம்வராமல்
தூக்கம்தொலைத்து காத்திடவே
துடிக்கும் ஒவ்வொருதுடிப்பும்
துக்கங்களைப் போக்கிடவே....

கஷ்டங்களை மறைத்துவைத்தே
கடந்திட்டன நாள்தோறும்
கரைந்தேதான் உயிர்செய்த
கலங்கமில்லாத பரிசுத்தம்....

   

அனுதினமும் போராடியதனால்
அழகானது பிறர்வாழ்க்கை
ஆனாலும் நீங்கள்மட்டும்
ஆடம்பரமில்லாத அமைதியில்....

தான்பெறாததை பிள்ளைகளுக்கு
தந்திடத்துடிக்கும் வைராக்கியம்
தன்னுயிரைக் கொடுத்தேனும்
தனித்துவம் புகுத்திவிடும்....

ஆசானாய் அறிவுசேர்த்திடவே
ஆனந்தங்கள் பெற்றுத்தந்திடவே
அருகிருந்து பயம்போக்கிடவே
ஆறுதல்தந்து உடனிருந்திடவே....

நடந்துநடந்து தேய்ந்துபோன
நடைபாதையும் காலணியும்
நகர்ந்தேதான் சொல்லிவிடும்
நாளெல்லாம் பாடுபட்டதை....

உள்ளங்கையின் காயங்களும்
உற்றாருக்காக வலிமறக்கும்
உணர்வுகளை மறைத்துக்கொண்டு
உலகமாக நம்மைநினைக்கும்....

தோளில் சுமக்கத்தொடங்கியவர்
தொடர்கதையாய் தாங்குகிறார்
தோல்விகளில் உடனிருந்தவர்
தேற்றியேதான் வருகிறார்....

பாதங்களின் ரணங்கள்தான்
பாதையினைக் காட்டிடுமே
பயணித்த அனுபவங்கள்தான்
பாடங்களைக் கொடுத்திடுமே....

உடல்நிலை சரியில்லாதபோதும்
உறுதியாய் பாதுகாத்தார்
உடைமைகளை நமதாக்கிட
உத்வேகத்துடன் புறப்படுகிறார்....

விடியல்களை தேடித்தந்திடவே
விடாமல் ஓடிக்கொண்டிருப்பவர்
விரும்பியவற்றைச் சேர்த்திடவே
விசுவாசமாக நடந்திடுபவர்....

முன்னின்று வழிநடத்துகையில்
முன்மாதிரியாக விளங்கிடவும்
முயன்றேதான் நல்வாழ்வை
முடிந்தவரை கொடுத்திடவும்....

வாழ்க்கையின் பாரமனைத்தும்
வழிவந்துத்தாங்கிய மகத்துவம்
வாழுகின்ற நொடியனைத்தும்
வந்தே பாதம்பணிந்திடவும்....

# 06

## இரவின் நிழல்

ஒற்றைக்கோட்டில் மாறிவிடும்
ஓவியமாய் இரவும்பகலும்
ஒளிக்கீற்றுகள் விடைபெற்று
ஓசையும் குறைந்திடும்....

மஞ்சள்வானமும் சிவந்திட்டு
மங்கலான கருமையுடனே
மர்மமாகவே கலந்திட்டு
மழைமேகமாய் நின்றிடுமே....

பிறையின் வெண்ணிறத்திலான
பிரகாசமான வெளிப்பாடுகள்
பிரபஞ்சத்தின் ஒட்டுமொத்த
பார்வைகளையும் ஈர்த்திடுதே....

எண்ணித்தீர்த்திட முடியாத
எண்ணற்ற விண்மீன்களும்
எல்லையில்லா ஆகாயத்தின்
எழில்கொஞ்சும் நிலைகளும்....

ஒற்றையடிப்பாதை சென்றிடும்
ஒவ்வொரு பயணங்களிலும்
ஒலித்தேதான் கடந்துவிடும்
ஓய்ந்திடாத கால்நடைகளும்....

நிசப்தங்களால் நிறைந்திருந்த
நீங்கிடாத இருள்பொழுதுகள்
நித்திரையினில் ஆழ்ந்திருந்த
நிம்மதியான தூக்கங்கள்....

மௌனங்களின் கதைசொல்லும்
மெல்லவந்திட்ட காரிருளும்
மெல்லிசையாய் வருடிவிடும்
மென்மையான ஈரப்பதமும்....

தலையணை நனைத்துவிடும்
தனிமையான கண்ணீரும்
தடம்எண்ணி நகர்ந்துசெல்லும்
தவிப்பான சிந்தனைகளும்....

காதலினில் கரைந்திருக்க
காதலர்கள் கைபேசியிலும்
கனவினில் மூழ்கியிருக்க
கடிகாரமும் மணியடிக்கும்....

நீண்டதூரம் இருக்கும்நபரை
நினைத்து மனம்யோசிக்கும்
நீரோடைகள் செல்லும்வரை
நிழலானது பின்தொடரும்....

இருள்கொண்டுள்ள விளிம்போடு
இறகாய் உரசிவிளையாடிடும்
மரங்களினுடைய அசைவினில்
தென்றலும் கைகோர்க்கும்....

நிலவின்பிம்பம் தாங்கியே
பிரதிபலித்திடும் கடலலைகள்
நிமிட்டங்கள் ஒவ்வொன்றும்
நிதானமாகவே கடந்திடும்....

காடுகளின் இடைவெளிகளில்
ஊடுருவிடும் ஒளிக்கதிர்கள்
செடியின்இடையில் மின்னித்
திரிந்திடும் மின்மினிபூச்சிகள்....

தன்னந்தனியே நின்றிடும்
நெடுஞ்சாலையின் மரங்கள்
உறைவிடம் நோக்கிடும்
சேருகின்ற உயிரினங்கள்....

பிரியமானவர்களின் ஊடல்
பிரிந்திட்டவர்களின் நெருடல்
பிரயாணத்தின் தொடுதல்
பின்தொடர்ந்திடும் நிழல்....

அமைதியின் உறைவிடமாய்
ஆர்ப்பாட்டமில்லா பாதைகள்
ஆராய்ந்துகேட்டிடும் குரலாய்
அலைக்கழிக்கும் சப்தங்கள்....

கூட்டமாக நிரம்பியிருக்கும்
கூடுதலான புகைமண்டலமும்
இருளிலும் உழைத்திடும்
இங்குள்ள ஜீவராசிகளும்....

ஆள்நடமாட்டமில்லா தெருக்கள்
ஆதலினால் ஒருவிதபயங்கள்
விதவிதமாய் ஒலியெழுப்பிடும்
விலங்குகள் பறவைகள்....

தேடல்களும் தொடர்கதையாய்
தேவதைத்தேடி அழைந்திடும்
தேசமெங்கும் விடுகதையாய்
தேர்ச்சிபெற்றே சென்றிடும்....

இரவின்மடியில் தவழ்ந்திடும்
இயற்கையைக் கண்டிடவே
இனிமையான மனங்களும்
இணைந்திடுமே அதனுடன்....

# 07

## ஈடில்லா என்பிள்ளை

பிஞ்சுமுகம் பார்த்திடத்தான்
பிறவிப்பயன் அடைந்திடுதோ
பிரியங்களை சேர்த்திடத்தான்
பிறந்திட்ட செல்வமிதோ....

முகம்பார்த்திடவே துடித்திருந்த
முத்தாகிய தருணங்களால்
முதன்முறை உன்னைகையில்
முழுவதுமாக ஸ்பரிசிக்கிறேன்....

மார்போடு அணைக்கையில்
தவழும் நிறைவேறிவிட்டதோ
மழலையின் விரல்களால்
மாற்றமும் கொண்டிடுதோ....

முகத்தினை முத்தங்களினால்
முற்றிலுமாக ஆராதிக்கிறேன்
முன்னேற்றங்கள் நீபெற்றிடவே
முப்பொழுதும் துதிக்கிறேன்....

வாழ்க்கையின் ஒட்டுமொத்தமும்
வசந்தம்பெற்றிடும் நீயாகிடவே
வாழ்த்துமழை தூவிடச்செய்யும்
வானம்தாண்டி உயர்ந்திடவே....

எச்சில்களால் ஒவியமாக்கினாய்
என்முகமெனும் காகிதத்திலே
காற்றில்வாசிக்கும் விரலினால்
காயங்கள்யாவும் பறந்திடுதே....

தத்தித்தவழ்ந்திடும் உன்னை
தாங்கிட நிலமும் மோட்சமடையும்
தரணியும் உன்புகழ்பாடிடவே
தனது வாழ்வை அர்ப்பணிக்கும்....

மயக்கிவிடும் புன்னகைக்கு
மண்ணில் ஈடுஇணையுண்டோ
மழலையைக் கொஞ்சிடுகையில்
மனக்கவலையும் பறந்திடுதோ....

அசைந்தாடிடும் தொட்டிலும்
அம்மாவின் சேலையாகிட
அனைத்தையும் சரிசெய்யும்
அமுதங்களே முகமாகிட....

 

அழுகையினில் பதறிடும் மனமும்
ஆனந்தத்தில் உடன்சேர்ந்திடும்
அற்புதமாய் கண்டுகொண்டேன்
ஆண்டெல்லாம் நலம்பெற்றிடுவாயே....

துயில்களைத்திடும் குரலோசை
துல்லியமாய் அறிந்திடுவேனோ
துரும்பையும் தீண்டவிடாமல்
துதித்திட்டே காத்திடுவேனோ....

பிரார்த்தனைகள் உனக்காகவே
பிரியமுடன் வேண்டிடுவேனே
குறும்புகளும் பெருகிடுதே
குதூகலித்து ரசித்திடுவேனே....

பசியினில் தாயிடம்ஓடிடும்
பார்வைகளும் பொருளுணர்த்தும்
பரிட்சயமாகின தேவைகளும்
பாதம்தாங்கிய கரங்களும்....

பால்வாசம் நிறைந்திருந்தே
பக்கத்தினில் இருந்தாயே
இரவுபகல் நோக்கிடாமலே
இனிமையாக காத்திடுவேனே....

என்னுள்ளே தோன்றிவந்திட்டே
எல்லாமுமாய் நீயாகினாயே
எல்லைகளைக் கடந்தேதான்
என்னற்ற ஞானம்பெறுவாயே....

பெருவாழ்வினை நீபெற்றிடவே
ஆசைகளைக் கொண்டேனே
பிணியின்றி இருந்திடவே
பிரகாசங்களும் சேர்த்திடுவேனே....

அதிசயங்களும் மெய்யாகிடுமே
அதனுருவாய் உன்னைக்காண்கையில்
ஆரம்பங்கள் நீயாகிடுவாயே
அதன்வழி சென்றிடுகையில்....

உன்தடம் உருவாக்கிடவே
உற்றதுணையாய் இருப்பேனே
உள்ளம் மகிழ்ச்சிபெற்றிட
உண்மையாய் உழைத்திடுவேனே....

வளர்ந்து கொண்டிருக்கிறாய்
வர்ணனைகளுடன் கவிபாடிட
ஆசைதான் மீண்டும்உன்னை
குழந்தையாய் கையில்ஏந்திட....

பேரும்புகழும் கைக்கொண்டே
பேருலகமும் வென்றிடுவாயே
பக்கங்களை வரலாறுகளில்
பதித்தேதான் ஆட்சிசெய்திடுவாயே....

# 08

# கண்ணே கண்ணம்மா

கார்குழலோடு தென்றல்தனில்
கண்மணிக்கு காற்றாடியாகிட
கானல்நின்ற வெட்கம்தனில்
கண்ணிமைக்கு காவியமாகிட....

துணிந்திட்ட தருணங்களில்
தலைநிமிர்ந்திடும் திமிரினில்
ஆட்டிவைத்திட்ட ஆனென்ற
அகந்தையும் அழிந்திடுதடி...

தூரிகையால் தீட்டிடுகிறாய்
விரல்பட்ட ஓவியமாவேனோ
தூயவளே துதித்திடத்தான்
வீணையாய் மீட்டிடுவேனோ....

சலங்கையின் ஓசைகளிலே
சகலங்களும் சுழன்றிடுதடி
சரித்திரத்தின் பக்கங்களிலே
சங்கீதங்களும் உருகிடுமடி....

கடைக்கண்ணின் அசைவுகளில்
காப்பியங்களும் இயன்றிடுதே
காத்திருக்கும் பொழுதுகளும்
கடிகாரமாய் ஊர்கின்றதே....

அஞ்சனம் இட்டுக்கொள்ளும்
அழகுமுகத்தில் ஊசலாடுதடி
அஞ்சாமை குணம்கொண்டே
அகத்தினில் நிறைந்தாயடி....

காணுமிடமெங்கும் பூத்திட்ட
கற்பனைகளில் முகமாகவே
காதலினால் வரைந்திட்ட
காகிதங்களில் கவிதையாகவே...

பாதச்சுவடாய் பாதைகளில்
படிந்திருக்கவே வேண்டுமடி
பாவையின் பார்வைகளில்
பரிசுத்தம் சேர்ந்திடுதடி....

பரிட்சயமான ஸ்பரிசங்களும்
சுவாசத்தினில் கலந்திடுதோ
பட்டுபோலவே தீண்டிடும்
சுட்டுவிரல் பிடித்திடவோ....

பேரரசியாகிய உன்னையே
போற்றிடத்தான் உள்ளேனடி
பேறுபெற்றேன் இதைவிடவும்
வேறென்ன வேண்டிடுமடி....

புன்முறுவலின் விளிம்பினில்
பூக்கின்றனவோ விடியல்கள்
புஷ்பங்களின் குவியலாய்
பூரிக்கிறதோ புன்னகைகள்....

என்னையே ஆட்கொண்டாய்
எண்ணங்களும் உனதாகுமடி
எப்பொழுதும் வழிசெய்தாய்
எட்டிப்பிடிக்க தவிக்கிறேனடி....

பெண்மையின் இலக்கணம்
வகுத்திடத்தான் வந்தவளோ
பெறுகின்ற அனைத்தையும்
வழிகளிலே சேர்த்தவளோ....

சிந்துகின்ற சிரிப்பினால்
சிந்தனைகளும் சூழ்ந்திடுதடி
சிவந்திட்ட நாணத்தினால்
சிறகுகளுடன் பறந்தேனடி....

நங்கையின் நல்முகமானது
நறுமுகையாய் விளங்கிடுதோ
நடைகளில் விழும்நிழலால்
நறுமணங்களும் வீசிடுதோ....

மேகம்தழுவும் வெண்மதியே
மென்மையை அறிந்திடுவேனடி
மெல்லமலரும் மொட்டாகியே
மென்மையாய் காத்திடுவேனடி....

தாங்கிப்பிடிக்க கைக்கொண்டு
தருணங்களும் கடந்திடுமே
தன்னவளின் எதிர்நின்று
தரணியில் வாழ்ந்திடவே....

பொருளாய் நீயிருந்திடத்தான்
பிறவிகளும் அர்த்தமாகிடுதேடி
பொன்னாகிய நின்முன்னால்
பிரியங்களும் பெருகிடுமடி....

வர்ணனையும் தீண்டிடுதோ
வருடிவிடும் தோகையினாய்
வசனமும் மௌனமாகிடுதோ
வசீகரத்தின் நிறைவினாய்....

கதிர்வீசிடும் சுடர்விழிகளிலே
கண்டுகொள்ளச் செய்தாயடி
காலமெல்லாம் உன்வழிகளிலே
கண்ணம்மா கடந்திடுவேனடி...

# 09

# அடையாளத்தை தேடி

துயில்பொழுதிலும் துடித்திட்டு
துளிர்விடுகின்ற விருட்சமாகும்
துவளாமல் நிலைக்கொண்டே
துரத்திடுமே விண்ணளவும்....

தனக்கென குறிக்கோளுடன்
தனித்துவத்தைப் பெற்றுத்தரும்
தணலெனவே இருந்திடுமே
தரணியினை அடையும்வரை....

யாரென்ற போராட்டத்தில்
யாவற்றையும் எதிர்கொள்ளும்
யுத்தங்கள் தாண்டியேனும்
யான்பெயர் பதித்துவிடும்....

உனக்கெனவே தோன்றுகின்ற
உரித்தான பெயர்கொண்டே
உதிக்கின்ற திசையெங்கும்
உன்தடங்கள் செதுக்கிடவே....

அனுதினமும் நினைவுகளிலே
அயர்ந்திடாத கனவுகளிலே
அணுவளவும் விலகிடாமலே
ஆகிடும்வரை முயற்சியிலே....

அகத்தினிலே எரிந்திடுகின்ற
தீர்க்கப்படாத தாகத்தினால்
அடிப்படையை அடைந்திடவே
தீர்க்கமான தீர்மானத்தினால்....

விமர்சனங்கள் புறம்தள்ளியே
விண்தொடவே புரப்பட்டிடும்
வியப்புமிக்க சாதனைகளிடம்
வீரியமுடனே பயணித்திடும்....

முன்பின் பயணங்களினால்
முன்னேற்றமும் வந்துவிடும்
முடங்கியே இருந்திடாமல்
முன்னோக்கி நகர்ந்துவிடும்....

கண்ணீரினில் கரைந்திடாமல்
காணுமிடத்திடம் விரைந்திடும்
கனவுகளைக் கைவிடாமல்
கண்டமாயினும் கடந்திடும்....

வியர்வைகள் கதைசொல்லும்
விழிசுமந்திட்ட வலிகளிலும்
வீணானதை சிந்தனைகளில்
விலக்கிவிட்டே வியாபிக்கும்....

நொடிகள் ஒவ்வொன்றிலும்
நெடுந்தூரம் சென்றடையும்
நேர்த்தியான எண்ணத்தினால்
நேர்மையுடன் நடந்திடும்....

பாரங்களும் தோள்களிலே
பகைவர்கூட்டம் சுற்றத்திலே
பலவிதமான துரோகங்களிலே
பழகிடும் அனுபவங்களிலே....

திட்டங்களை தீட்டிவைத்தே
திடமாக செயல்படுத்திவிடும்
சூழ்நிலைகள் மாறிவந்தாலும்
சிந்தித்து நிறைவேற்றிவிடும்....

இன்னல்களை துணிந்திட்டு
இயலாமையை மறந்திட்டு
இயன்றவற்றை முடித்திட்டு
இஷ்டங்களுடன் செய்திட்டு....

எதிர்ப்புகளை சந்தித்தே
எதிர்பார்ப்பதை பெற்றுவிடும்
எதிர்நிற்பது யாராயினும்
எதிர்த்துவிட்டே சென்றுவிடும்....

கண்களினுள்ளே உயிரோட்டமாக
கணமெல்லாம் ஓடிவருகின்ற
கடலளவில் கண்டுகொண்ட
கனவினையே நோக்கிடுமே....

இலக்குகளை எட்டிப்பிடித்திட
எந்நாளிலும் உழைத்திடவே
இலட்சியத்தினை நுகர்ந்திட
எப்பொழுதிலும் கற்றிடவே....

நினைத்திட்ட செயல்களால்
நீக்கமற நிறைந்திடவே
நிலையான குறிக்கோளினால்
நீண்டதூரம் நோக்கிடவே....

பற்றுதலுடைய போராட்டங்கள்
பயன்தந்திடும் துணிந்துசெல்
பாருலகமும் உனதாகிவிடும்
பயமின்றியே முயன்றுசெல்....

வாழ்வினுடைய பொருளாம்
அடைந்துவிடவே தொடர்ந்திடு
வாழ்க்கையின் அடித்தளமாம்
அடையாளத்தை தேடிப்பிடித்திடு....

# 10

# பெற்றோரின்(பெண்) கண்ணீர்

நெஞ்சில்வைத்து வளர்த்திட்ட மகள்
நிலவாய் ஒளிவீசிடும் அகல்
கண்டேன் தேன்தூரும் புன்னகைமடல்
கருத்தினில் மகிழ்ந்திட்ட பூங்குழல்....

பருவங்கள் ஒவ்வொன்றிலும் காத்திட
பகலவனும் அவள்வழி சேர்ந்திட
பாதங்களை மலர்விரித்தே தாங்கிட
பனித்துளிப் பார்வை பெற்றிட....

திருமண பந்தத்தில் சேர்த்திட
திறனுக்கு அதிகமாகவே செய்திட
தொடக்கம் நலமென்றே நினைத்திட
தொடர்வதை யார் அறிந்திட....

எங்கள்வீட்டின் இளவரசி அவள்
எங்கோ அடிமையியாக வாழ்கிறாள்
அவள் வைத்ததுதான் சட்டம்(அன்று)
மற்றவர் ஏவலுக்கு வேலையாள்(இன்று)...

ஒருவார்த்தை அதிர கேட்டிடாதவள்
ஓயாத பேச்சுகளை கேட்கின்றாள்
ஓராயிரம் வார்த்தை பேசிடுவாள்
ஒன்றும் உரைக்காத ஊமையானாள்....

அழுவாள்ளென அன்றுதான் தெரியும்
அண்டமும் ஆடிவிட்டது அதைக்கண்டு
அமைதியாய் இருக்கிறாள் என்செல்வம்
அலைகடலில் நானும் புதையுண்டு....

மார்பிலும் தோளிலும் வளர்த்தமகள்
மதிப்பில்லாத நிலையில் இருக்கிறாள்
மறந்தே போனால் தனித்துவத்தை
மாண்டேன் இக்கொடுமை காண்கையில்....

அமுதமென இருந்த வெண்மதி
அவமானத்தை சந்தித்து வருகிறாள்
அவரவர் இஷ்டங்களை புகுத்திட
அனுசரித்தே நாள்களை நகர்த்துகிறாள்....

விருப்பு வெறுப்பிற்கு இடமேது
வீட்டில் உரைப்பதை பழகுகிறாள்
வந்தோர் போவோர் புறம்பேச
விட்டுவிட்டே விலகி செல்கிறாள்....

பிடிவாதக்காரி முறைத்தே முடித்திட்டவள்
பின்னாலிருந்து வேடிக்கை பார்க்கிறாள்
பிடித்தோர் பிடிக்காதோர் ஏதிங்கே
பிறரிடம் பேசியே தீரவேண்டும்....

தன்வீடு சென்றிட அனுமதியும்
தன்மானம் தொலைந்த பொழுதுகளும்
தவிப்பினில் மறைந்திட்ட அழுகைகளும்
தனிமையில் விரட்டிய கதறல்களும்....

புரிந்து கொள்ளப்படாத சூழ்நிலை
புதிராய் மாறிய அவள்நிலை
புத்தகத்தின் கனவுகள் கண்டவள்
புதராய் சிதறிக் கிடக்கிறாள்....

வார்த்தையொன்று கூறினால் வாயாடி
வாதத்தைத் துவங்கிட திமிர்பிடித்தவள்
வாழச்சென்றால் பிரிக்கப் பார்ப்பவள்
வாட்டமானால் மரியாதை தெரியாதவள்....

தனக்கென தேடித்தேடி வாங்குபவள்
தான்விடுத்து பிறர்நலம் பேணுகிறாள்
தனதென்று எல்லாம் பெற்றவள்
தனதுடைமை எதுவென்று விழிக்கிறாள்....

    

பொறுமை பெற்றே வாழவேண்டும்
பணிந்தே நடந்திட வேண்டும்
பிரச்சனைகளில் வாய்மூட வேண்டும்
பிறர்சொல் கேட்டிட வேண்டும்....

பெண் என்பதால் அவளின்நிலை
பொறுமையின் தலையாட்டி பொம்மை
பெற்றோர்(பெண்) என்பதால் நாங்கள்
பெண்ணிற்காக சகிக்கும் வேதனைகள்....

கட்டியவன் கல்லென நிற்கும்பொழுது
கண்டவர் பேச்சை என்செய்வது
குடும்பத்தையே பேசும் கணமும்
குலவிளக்கிற்காக அமைதியை நாடும்....

உலகின் வலியைத் தரக்கூடியது
உயிராய் வளர்த்திட்ட பிள்ளையை
உலகமாய் திகழ்கின்ற மகளை
ஊர்வாய் அசைபோடக் கேட்பது....

ஆணென்ற ஆணவத்தில் ஆடுவோர்
அவனைச் சேர்ந்தோர் நிச்சயம்
பயன்படாத நிலையடைந்து பின்
பாவங்களின் பிடியில் சிக்குவர்....

உற்ற பிள்ளையும் பெற்றோரும்
ஊற்றிடும் கலங்கிய கண்ணீருக்கு
காரணமானவர் வாழும் காலத்திலேயே
கட்டாயம் தண்டனையைப் பெற்றிடுவார்....

# 11

# புதுமைப்பெண்

புழுங்கியே புதையுண்டவள்
புயலெனவே எழுந்திட்டாள்
புன்னகையை மீட்டெடுக்கும்
பூங்காற்றாய் வெளிவருகிறாள்....

பட்டங்களால் முன்னேறுகையில்
பிடித்திழுத்த குலவழக்கங்கள்
பாதையினை திரும்பப்பெற்று
பகட்டெனவே பயணிக்கிறாள்....

அனுசரித்தல் பழக்கப்படுத்த
அனைவரையும் சகித்துக்கொள்ள
அவையனைத்தும் தாண்டியே
அண்டம் கைப்பற்றப்போகிறாள்....

கடந்துபோன கவலைகளை
கைவிட்டே தொடர்ந்திடுகிறாள்
கனவினை புதுப்பித்துக்கொண்டு
காலம்வென்றிட விரைகிறாள்....

கட்டுகளை உடைத்தெரிந்தே
சட்டங்கள் செய்திடவருகிறாள்
கட்டுப்பாடுகளை உதரிவிட்டு
சாதனைகளை தனதாக்குகிறாள்....

ஆடைசுதந்திரம் அவளுக்கானது
பேச்சுரிமை அவள்கொண்டது
படிப்புரிமை அவள்பெற்றது
விவாகஉரிமை அவள்சார்ந்தது....

பணியுரிமை அவள்பார்ப்பது
வாழ்வுரிமை அவள்செய்வது
ஊதியஉரிமை அவளுடையது
குழந்தைப்பேறு அவள்முடிவு....

சொத்துரிமை அவளுக்குரியது
வாக்குரிமை அவள்தீர்மானம்
உடல்சார்ந்தது அவள்விருப்பம்
மனம்சார்ந்தது அவள்நிம்மதி....

சமயஉரிமை அவள்இஷ்டம்
பாலினசமத்துவம் அவளுரிமை
குடும்பம் அவள்சேர்ப்பது
தனிமை அவள்சந்தோஷம்....

பயணங்கள் அவள்தேடுவது
பார்வைகள் அவள்நோக்குவது
ஆசைகள் அவள்வாழ்க்கைக்கு
அசைவுகள் அவள்உலகத்திற்கு....

விரும்புவது அவள்வேண்டியது
வெறுப்பது அவள்வேண்டாதது
குணங்கள் அவள்பிரதிபலிப்பு
குலங்கள் அவளுக்கேது....

கஷ்டங்கள் அவள்நிராகரிப்பு
புன்னகைகள் அவளிடமே
உணர்வுகள் அவள்வெளிப்பாடு
உதறல்கள் அவள்கைவிடுவது....

மதிப்புகள் அவள்தேவைகள்
மரியாதை அவள்எதிர்பார்ப்பு
உறவுகள் அவள்யோசிப்பது
உலகம் அவளுக்கானது....

திமிர் அவளுக்கேஉரியது
தீர்க்கம் அவள்பிடிவாதம்
வாதங்கள் அவள்நியாயம்
விளக்கங்கள் அவளுக்கெதற்கு....

எதிர்ப்புகள் அவள்குரலாய்
வலிமை அவள்துணையாய்
எண்ணங்கள் அவள்சிந்தனை
கோபங்கள் அவள்மௌனம்....

அடக்குமுறைகளை அடக்கிடவே
அழுகைககளைத் துடைத்தெறிந்து
ஆர்ப்பரிக்கும் அலைகடலாய்
ஆள்வதற்கே சீறுகின்றாள்....

தேங்கியிருந்த இலட்சியங்களை
தேடியே எடுத்துக்கொண்டு
தேடல்களை தனதாக்கிடவே
தேசம் வெல்லவருகிறாள்....

நடந்தவைகளை நினைக்காமல்
நாளைகளை நோக்கியே
நிகழ்வுகளை சிறப்பாக்கிடவே
நிலையாக நிமிர்கிறாள்....

எல்லைகளைக் கடந்தேதான்
எதிர்நீச்சல் போட்டுக்கொண்டு
எதிரெதிர் பார்த்துவிடவே
எழுச்சிபெற்று வருகிறாள்....

தடைகளைத் தாண்டியேதான்
தன்னையே கண்டுகொண்டு
தனித்துவத்தினை தாங்கியே
தடம்பதித்திட வருகிறாள்....

ஜான்சி குமரேசன்

# 12

# முதல் காதல்

காணுமிடத்தினில் விழாக்கோலம்
கண்களிலும் வண்ணமிடும்
கதிர்வீசிடும் கதிரவனும்
கண்டேன்நான் உன்வடிவம்....

முதல்பார்வையில் ஈரமாகியது
முகம்கண்ட விழித்திரையும்
முன்எப்பொழுதும் நிகழ்ந்திடாத
மூங்கில்களின் சத்தமும்....

தடுமாற்றத்துடன் மனதும்நின்
தடம்சென்ற வழிசென்றிடும்
தாளங்களில் ராகங்களும்
தழுவிடும் இந்நேரத்தினில்....

பெயர்தெரியா உணர்வுகள்
பேசிடும் கணம்நோக்கிடும்
பார்வைகளால் சுற்றிவந்திடும்
பயணங்களைத் தேடிட....

உரையாடல்கள் தொடங்கியே
உன்னிடம் வந்துசேர்த்திடுதே
உறவுக்கான அர்த்தங்களை
உன்காதலால் அறிந்திடவே....

பல்வேறான சூழ்நிலைகளில்
பரபரப்பாக ஓடிக்கொண்டிருக்க
சற்றும் நம்பமுடியவில்லை
சந்தித்தது நான்தானென்று....

உன்னில் உணரத்தொடங்கினேன்
ஊர்சொல்லும் காதலினை
உனக்கென சேர்த்துவைத்தேன்
உண்மையான நேசங்களை....

காணும்ஆவலில் பூத்திட்டேன்
கண்டமெல்லாம் சுமந்திட்டேன்
காலமெல்லாம் நினைத்திட்டேன்
காரணம்நீயென உணர்ந்திட்டேன்...

இருசக்கர வாகனமும்
இமயம்வரை சென்றுவரும்
இயற்கையே தென்றலாய்
இருவரையும் வருடிவிட....

காதோரம் கேட்டுக்கொண்டே
கனவைத்தேடும் உன்சொற்கள்
கரைந்தேதான் போகிறேன்
கடக்கின்ற நிமிடங்கள்....

கரம்பற்றிய நொடிமுதலில்
கடிதங்களால் பாடினேன்
காரணங்களும் இங்கில்லை
கடிகாரங்களும் ஊர்ந்திட....

நம்பிக்கையாய் உன்மேல்
நலமுடன்நானும் இருந்திடவே
நீங்கிடாமல் நிகழ்காலம்
நீடிக்குமென நினைத்திடவே....

தருணங்களை ஒன்றுதிரட்டியே
தழுவிடும் நினைவலைகள்
தவிப்புகளும் ஒட்டிக்கொள்ளும்
தவறவிட்ட சூழ்நிலைகளில்....

என்போல் நீயில்லையென்ற
உண்மையறியும் நேரத்தினில்
என்னவாகுமோ என்நிலையென
உடைந்தேதான் போனேனே....

கண்மூடித்தனமான அன்பு
காட்டிவிட்டது அதன்மெய்யை
கலைந்தேதான் போனதோ
கட்டிவைத்த கனவுகளுடன்....

கண்ணீரில் உறுகியமனதிற்கு
கடந்திடும் பாதைகளைத்தேட
காலங்கள்தான் பதில்தந்திடும்
காட்சிகள் மெய்உணர்த்திடும்....

காலங்களின் கணக்குகளில்
காதல்மட்டும் விதிவிளக்கா
நம்பிக்கையென்ற ஒளியை
அழித்தப்பின் என்செய்வது....

உண்மையை புரிந்துகொள்ளும்
உரித்தான நேரங்களில்
உடன்இருந்தோர் பற்றிய
உள்ளம் தெரியவந்திடும்....

உன்னில் கண்டுகொண்ட
உணர்வுகளும் தனிமையால்
உதிர்ந்ததென நானும்தான்
உறுதியாய் விட்டுவிட்டேன்....

மறந்தாலும் மறக்கப்பட்டாலும்
மறைந்திடாமல் மவுனமாய்
மறுமொழிகளின்றி மண்ணில்
மரியாதையுடன் மதிக்கப்படும்....

**13**

# எழுச்சி கொள் மனமே

வீரத்தமிழினம் அடையாளம்
வீறுகொண்டே எழுந்திடுவாய்
தடையெண்ணி அஞ்சலாமோ
நடைபோட்டே வந்திடுவாய்....

ஏற்றம்கண்டு வருகையில்
இரக்கம்கண்டு முடங்கலாமோ
நடந்ததை நினைக்கையில்
நடப்பதை மறக்கலாமோ....

உளிதாங்கும் உள்ளம்தான்
உன்னதமான சிற்பமாகும்
மனதிற்கு வலிகள்தான்
மருந்தான பக்குவமாகும்....

இரவைக்கண்டு கலங்காதே
விடியல்வரும் வாசலிலே
இயலாமை கொள்ளாதே
இயன்றவரை போராடுகையிலே....

தோல்வி தொடர்ந்தாலும்
துவளாமல் துளிர்விடுவாய்
அனுபவம் அறிந்திட்டு
தலைஎன்றும் நிமிர்ந்திடுவாய்....

அவமானம் அடித்தளமாகும்
கனவுகளை எழுப்பிட
வறுமையும் செழித்திடும்
உன்னைநீ உயர்த்திட....

வாய்ப்புகளை உருவாக்கிடு
வழியனைத்தும் உனதாகும்
வந்தவழி நினைத்திடு
வாழ்வெல்லாம் பயன்படும்....

பாதைகள் கடினமாயினும்
பகுத்தறிந்து செயல்படுவாய்
பாற்கடல் ஆழமாயினும்
பாயிரம் அமைத்திடுவாய்....

கண்ணீரில் கரைந்திட்டு
கனவுகளைத் தொலைக்கலாமோ
கடமைகள் இங்குண்டு
கதவுகளை மூடலாமோ....

முயற்சியினை உனதாக்கு
காலமும் காந்தமாகும்
முடிவுகளை தெளிவாக்கு
காற்றும் கைக்குள்வரும்....

சிந்தனையை விசாலமாக்கு
செயல்களும் தெளிவுபெறும்
சிறகுகளை விரித்திடு
சிகரமும் சித்திரமாகும்....

போராட்டம் தொடர்ந்தாலும்
போகுமிடம் செழித்திடும்
முட்களாய் நிறைந்தாலும்
முல்லைகள் பிறந்திடும்....

தளர்ந்து போய்விடாதே
தரணியும் தனதாகும்
நம்பிக்கையை கைவிடாதே
நானிலமும் உனதாகும்....

நேர்மையாய் உழைக்கையில்
தடைக்கற்களை காணலாமோ
நேற்றைய வடுக்களை
நினைத்து உருகலாமோ....

உண்மைகள் தோற்பதில்லை
ஊக்கமுடன் விளங்கிடுவாய்
உன்னதம் அழிவதில்லை
உறுதியுடன் முன்னேறுவாய்....

துரோகங்களை எண்ணியே
தொய்வுகொள்ளல் ஆகுமோ
சுற்றிவளைத்த சூழ்ச்சியை
தொலைத்தெறிய வேண்டாமோ....

மானுடம்தன் பிறவிதனில்
மறுமலர்ச்சி பெற்றிடுவாய்
வாழ்க்கை வசந்தமாகும்
எதிர்நீச்சல் போட்டிடுவாய்....

விதைத்துவிடு கனாவை
வியப்பாகும் நின்றுபார்
வீசித்தள்ளிடு எதிர்மறையை
விண்தொடலாம் முயன்றுபார்....

அஞ்சாத குணம்கொண்டே
அகிலத்தை ஆண்டிடுவாய்
ஆற்றலுடன் சாதிக்கையில்
வெற்றிகள் கண்டிடுவாய்....

கைக்கொண்ட இலட்சியத்தை
கண்ணாகக் கண்டிடுவாய்
சீறிப்பாயும் காளையாய்
சீற்றம்கொண்டே எழுந்திடுவாய்....

**14**

# நனைத்திட்ட மழையே

விசும்பின் வியர்வைகளாய்
விரைவாகவே விழுந்திட்டு
வியப்பினில் ஆழ்த்தினாய்
விசித்திரங்கள் படைத்திட்டு....

கருமேகங்கள் தென்றலினால்
சட்டென்றே தூண்டப்பட்டு
கலைந்துவிட்டதோ அதனுடன்
சலசலவென தூரல்களாய்....

அமுதத்துளிகளும் வந்திங்கே
பூமித்தாயை ஆரத்தழுவிடும்
அலைத்தொடும் சந்திப்பினில்
பூரிக்கின்றதோ உயிரினங்கள்....

வெள்ளிக்கீற்றாய் மின்னல்களும்
வெளிச்சம் காட்டிடும் காட்சிகளும்
மிருதங்கமாய் இடியோசையும்
மிரளவைத்திடும் அதன்இசையும்....

---

　　　　　　　　　　முதற்கவிதை

தலைவணங்கிடும் பயிர்கள்
உயிரின் ஆதாரத்தை வரவேற்க
தலையாட்டிடும் மரங்கள்
உரசிடும் காற்றின் கதைகேட்க....

மண்வாசத்தின் நறுமணமும்
மழைச்சாரலின் வருடல்களும்
மனஅமைதியை கொடுத்திடும்
மகத்தான இயற்கையாகும்....

பறவைகளின் கீச்சிடும்குரலும்
பக்கத்தினில் கீதையாகிடுமே
இலைகளின் அசைவுகளும்
துளிகளைத் தாங்கிடுமே....

குளிரினில் நடுக்கங்களும்
குடையின்றி நனைத்திடுகையில்
பனித்துளிகள் முத்துக்களாய்
புல்லின்மேல் நின்றிடுகையில்....

உழவர்களின் மனங்களும்
மாரிநோக்கி மகிழ்ந்திடுமே
உள்ளத்தினில் நெகிழ்ச்சியும்
உருவமாய் அடைந்திடுமே....

தேன்கொண்ட மலர்களும்
இதழ்விரித்து வாங்கிக்கொள்ளும்
தேநீர் கோப்பைத்தேடியே
இயல்பாக ஓடிவிடும்....

உடல்தாங்கிக் கொள்ளுகின்ற
உரசிடும்தூரல் மொட்டுகள்
உதறலின்பொழுது தெரித்திடும்
உடைந்திட்ட நீர்க்குமிழ்கள்....

சன்னல்களும் காற்றினோடு
சந்தித்தேதான் சென்றிடுமே
ஈரப்பதமிக்க காலநிலையும்
சுவாசத்தினில் கலந்திடுமே....

பாடல்களின் எண்ணஓட்டங்கள்
மழையுடனே சேர்ந்துவிழுந்திடும்
பாய்ந்திடும் நினைவுகளும்
மறந்திடாமலே தோன்றிடும்....

பாதைகளிலே ஓடிவருகின்ற
பாதம்தீண்டிடும் மழைநீரும்
பறந்திட்ட திசைகளிலே
படகுகளும் அசைந்தாடும்....

 

தீப்பொறிகளும் தந்திடுதோ
கதகதப்பான நூல்ஆடையாய்
மயிலிறகுபோல் தடவிடுதோ
மார்கழிமாத மழைமேகமாய்....

அணைத்துக் கொண்டுவிடும்
அழகான அரவணைப்பினால்
அதிசயமாய் நிறைந்துவிடும்
அங்கிருந்து வந்திடும் தூரலினால்....

குளங்களும் குதூகலித்தே
குற்றாலம் கண்டுவிடுகின்றதே
கரைந்தேதான் போகிறேனோ
கண்ணிமைவிழும் துளியினால்....

கண்ணாடி சிதறல்களாய்
சட்டென்றே தொட்டுச்செல்லும்
கண்டிடும் பிம்பங்களாய்
தேங்கியநீரும் காட்டிவிடும்....

உலகத்தின் அடிப்படைகளும்
வாழ்க்கையின் அம்சங்களும்
துளியின் தெடுதலுக்கேற்ப
அதிர்ந்திடும் மணல்களும்....

தெறித்திட்ட திவலைகளிலும்
தெளிவாகத் தெரிகின்றனவோ
தேடித்திரிந்த இயற்கைகளும்
தேடல்போக்கும் காட்சிகளும்....



முதற்கவிதை

# 15

# அம்மா என்னும் மந்திரமே

மறுபிறவியெடுத்தே ஈன்றாய்
மதிமுகம் கொண்டாயே அம்மா
மாற்றங்களில் உடனிருந்தாய்
மனதினில் நின்றாயே அம்மா....

உயிர்தந்தே வாழவைத்தாய்
உனக்கிணையார் அம்மா
உதிரத்தினால் உருவாக்கினாய்
உலகமே நீதானே அம்மா....

காத்திட வந்திட்ட கடவுளானாய்
கதிர்வடிவம் கொண்டாயே அம்மா
கற்பித்தல் தந்த ஆசானாய்
கருணைக்கடலானாய் அம்மா....

வாழ்க்கையை அர்ப்பணித்தாய்
வணங்குகிறேனே அம்மா
வழித்துணையாய் நீயிருந்தாய்
வசந்தங்கள் பெற்றேனே அம்மா....

எங்கும் விட்டுக்கொடுக்கமாட்டாய்
எதிர்காலமும் நீயாகிட அம்மா
எல்லாமும் பெற்றுத்தந்தாய்
எதிலும் நிறைவாயே அம்மா....

அன்புகலந்திட்டே தண்டித்தாய்
அடங்கிடுவேனே அம்மா
அனைத்தையும் எனக்களித்தாய்
அகலாய் ஒளிர்ந்தேனே அம்மா....

இறுதிவரை என்னைச்சுமந்தாய்
இதயம் உனதாகிடும் அம்மா
இமயம் வரை என்னைச்சேர்த்தாய்
இமைகளில் காப்பேனே அம்மா....

ஆசைகள்யாவும் எனதாக்கினாய்
ஆராதிக்கிறேனே அம்மா
ஆயுள்வரை என்னைத்தாங்கினாய்
அடிமை ஆகிடுவேனே அம்மா....

எனக்கென பொறுத்துக்கொண்டாய்
எண்ணங்கள் உனதாகும் அம்மா
என்னையே உயிர்என்றாய்
என்றும் நினைப்பேனே அம்மா....

விருப்பங்களை மறைத்திட்டாய்
விடையாய் இருப்பேனே அம்மா
விருட்சமாக வளர்த்திட்டாய்
விண்தொடுவேனே அம்மா....

வெற்றிக் கண்டே பூரித்திடுவாய்
வெளிச்சம் பெற்றேனே அம்மா
தோல்விகளில் ஊக்குவிப்பாய்
தொடர்ந்திடுவேனே அம்மா....

பசியிலும் என்னை நினைப்பாய்
பாதுகாத்திடுவேனே அம்மா
பார்வையில் பொருளறிந்தாய்
பயணித்திடுவேனே அம்மா....

அழுகையினில் ஆறுதலானாய்
ஆருயிராய் இருப்பேனே அம்மா
அண்டமாக என்னைக்கண்டாய்
அற்புதம் நீதானே அம்மா....

எனக்காகவே எதிர்த்திட்டாய்
எல்லாமும் நீதானே அம்மா
எப்பொழுதும் உடனிருந்தாய்
எட்டிப்பிடித்திடுவேனே அம்மா....

குறைகளை நிறையாக்கினாய்
கும்பிட்டிடுவேனே அம்மா
குழப்பங்களை போக்கிட்டாய்
தெளிந்திடுவேனே அம்மா....

வலியனைத்திலும் மருந்தானாய்
வாசமும் பெற்றேனே அம்மா
வடிவமாக என்னை மாற்றினாய்
வாசல் சேர்ந்திடுவேனே அம்மா....

தியாகங்களின் உருவமாகினாய்
துதித்திடுவேனே அம்மா
திறவுகோளாக விளங்கினாய்
திசையறிந்திடுவேனே அம்மா....

நெஞ்சில்வைத்து காத்திட்டாய்
நானிருப்பேனுடனே அம்மா
நீக்கமற நிறைந்திருந்தாய்
நீடித்து நானிருப்பேனே அம்மா....

வாழ்க்கைக்கு அர்த்தமானாய்
வழித்தடமாக இருப்பேனே அம்மா
வானவில்லின் வண்ணமானாய்
வரவேற்றிடுவேனே அம்மா....

உயிரோட்டத்தில் வடிவமைத்தாய்
உன்னில் உறைந்திடுவேனே அம்மா
உற்றதுணையாக உருவாக்கினாய்
உன்னை உணர்ந்திடுவேனே அம்மா....

16

# இல்லத்தரசியின் ஒருநாள்

கதிரவன் வருகையில் என்
கண்களின் விடியலோ உன்முகத்தில்
கட்டியணைத்தக் கூட்டில் விடுபட
மனமில்லா நெற்றி முத்தம்....

கார்மேகம் களைந்தாலும்
தோன்றவில்லை
உன் துயில்களைக்க....

அழகிய அக்கணத்தை அப்படியே
அன்று முழுவதும் காண ஆவல்தான்
என்செய்வேன் அன்பே - உன்
அலுவலகம் தான் அழைக்கிறதே....

தென்றலாய் தலைக்கோத
சினுங்களுடன் எழுவதை
சிறைப்பிடிக்கிறது என்மனது....

---

தயாராகும் பரபரப்பிலும்
செல்ல சண்டைகளிலும்
உன்னை அழகூட்டுகையிலும்
என் காதல் மட்டும் - ஏனோ
ஊற்றாய் பெருக்கெடுக்க....

இன்முகத்துடன்
நீ விடைக்கொடுக்கையில்
வாசலோரம் தெரியும் உனது
உருவத்தை கண்கள் பிரதியெடுக்கிறது...

நீ களைந்த பொருட்களும்
நீரோடையாய் நினைவுகளும்
உடுத்திய உடைகளும் வாசமும்
எங்குமிருக்கும் உன்காட்சியும்
சுவர்ச் சித்திரமாய்
நாழிகை ஒவ்வொன்றிலும்
எனக்குத் துணையிருக்க....

உனக்காக சமைக்கையில்
ஒவ்வொரு பொருளும்
நினைவூட்டும் உனக்கு
பிடிக்கும் பிடிக்காதென்று....

சூரியனுக்காக காத்திருக்கும்
தாமரையைப் போல்
தவமிருக்கிறேன் - மீண்டும்
நீ இல்லம் திரும்ப....

ஆனந்தமாய் அழைக்க
அன்பால் அன்னமூட்ட
தினநிகழ்வு வாதங்களில் உன்
மகிழ்ச்சியை உறுதிசெய்து
ஆறுதலாய் அருகிலிருக்க....


முக பாவனைகளில்
அகம் மகிழ - உன்
எண்ணங்கள் யாவும் என்
ஆசையாகி நிறைவேற்ற....


அணுவளவும் நோகாமல்
அரணமைத்துக் காக்க
நூலளவும் பிரியாமல்
அன்றிலாய் உடனிருக்க....


பிணியேதும் நெருங்காமல்
கடல்தீவாய் சூழ்ந்திருக்க
உனக்கேதும் ஆகாமல்
உதிரத்தால் உயிரூட்ட...


கோபமுடன் காண்கையில்
கெஞ்சலால் கொஞ்ச
தளரும் தருணங்களில்
தாய்மடியாய்த் தாலாட்ட....

களைப்பைப் போக்க
கடலலையாய் பாதம் தீண்ட
கடைக்கண் பொருளறிந்து
உனக்கான சேவை செய்ய....

பாசமுடன் நானும்
உயிர்த்தந்து பாதுகாக்க....

சித்திரைதான் - ஏனோ
உன் மார்பில் மார்கழியாக
அரவணைப்பில் பனிசூழ
என் ஜீவனே
உன்சுவாசமாக
உன் முகத்தை எழிலோவியமாய்
கண்களில் பதித்துக் கொண்டு
விழிமூட உறக்கத்தில்
கனவிலும் நீயே....

# 17

# அமைதியின் ஆழம்

மெளனங்களைச் சுமந்திட்ட
இதழ்களினுடைய மொழியாம்
மெளவலின் மென்மையுடன்
மெல்லமென புன்னகைக்கும்....

ஆர்ப்பாட்டமில்லா நிலையில்
அளவில்லாத அர்த்தங்கள்
ஆயிரமாயிரம் சேருகையில்
அமைந்திடும் எதார்த்தங்கள்....

சாந்தமாய் சாதிக்கச்செய்திட்ட
சூழ்நிலைகள் பலஉள்ளன
சரிக்கிடாமால் சென்றடைய
சிந்தனைகள் தோன்றின....

அகக்காட்சிகளில் அறிந்திட்டு
அங்ஙனமே நிறைந்திடவும்
அன்புடனே உறைந்திட்டு
அப்படியே எந்நாளிலும்....

---

பக்தியில் பரவசத்துடனே
பார்க்கக்கிடைக்கும் மோட்சமே
பாருலகமும் அடைந்திடுமே
பாசமாய் இறைவனிடமே....

நிம்மதியின் நிரந்தரமாம்
நினைவெல்லாம் ஆனந்தமாம்
நிலமகளும் நிறைந்திடுவாள்
நீடித்திட்ட பொழுதினில்....

பொறுமையும் பெருகிவரும்
பொறுப்புடனே நின்றுவரும்
பெற்றதெல்லாம் நலமாம்
பெயர்சேர்ந்திடும் இதனால்....

பார்கடலினும் ஆழமாகிடும்
பகுத்தறிந்திடவே வேராகிடும்
பகைவனையும் பதறவிடும்
பகட்டான குணமிதுவே....

துறவியரின் துறவறத்தினில்
துணைக்கொள்ளும் இன்பம்
துரோகிகளின் முகமெதிரே
துணிச்சலான நடையாய்....

வார்த்தைகள் பயனற்றிடவே
விளக்கங்கள் வழியற்றிடவே
வந்துசேர்வது வல்லமையான
வாழ்த்திட்ட மொழியாம்....

பார்வையால் கணித்திடவும்
நிதானங்கள் தோன்றிடவும்
பறித்துக் கொண்டதாயினும்
பதுங்கியிருக்கக் கற்றிடும்....

வன்முறைகளைக் கைத்தொடாது
வழிவகைகளைச் செய்திடும்
வஞ்சிப்போரையும் வழிகளில்
விலகியிருக்க வைத்திடும்....

பக்குவத்தைத் தந்திடுமே
பக்கமெல்லாம் நின்றிடுகையில்
பார்வையின் பதிலாகவே
பார்ப்போரையும் புரிந்திடும்....

சொல்லிடாத வாக்கியங்களும்
சொல்லிடுமே பொருள்களை
சேர்த்திடாத எழுத்துக்களும்
தந்திடுமே வார்த்தைகளை.....

உருவங்கள் இன்றியே
வரைந்திடுமே வடிவத்தினை
கருணைகள் பொங்கியே
கடந்திடுமே வழித்தடத்தினை....

யோசனைகளை விரிவாக்கும்
உள்ளதையே உணர்த்திடும்
யோக்கியத்தை வரவழைக்கும்
உற்றதையும் கொடுத்திடும்....

இயற்கையின் பாஷைகளை
இசைப்போலவே புரிந்திடுமே
இயங்கிடாத இடைவெளியிலும்
இக்கணத்தில் நுழைந்திடுமே....

மனங்களின் மேன்மையினை
மகுடம்தரித்து தெளிந்திடுமே
மதங்களையும் தாண்டியே
மதிப்புடனே நடத்திடுமே....

கண்களிரண்டின் பாதையிலே
உள்ளுணர்வில் விதைத்திடும்
கண்டவையென பிரித்தறிந்து
உலகினில் விதிசெய்யும்....

ஆன்மாவின் ஒட்டுமொத்தமும்
அறுவடைகள் செய்யப்படுமே
அதிசயமாய் பின்பற்றிடவே
அமைதியின் ஆழத்தினில்....

# 18

# அஞ்சலின் வழியில் அன்பு

காலங்களில் எத்தனை மாற்றம்
காதலையும் தவிப்புடனே சேர்க்கும்
மாதம் ஒருமுறை வந்திடும்
மனதிற்கு பிடித்தவரின் கடிதம்....

எழுத்துகளின் சிறப்புகள் சேர்ந்தது
எழுதுகோலின் ஆற்றலும் புரிந்தது
மொழிகளின் நடைகளும் வளர்ந்தது
மௌனமும் வார்த்தைகளில் சேர்த்தது....

அஞ்சலகம் வழிசெல்லும் கணமும்
அன்பானவரின் நினைவு மலரும்
அஞ்சல் வந்துசேர்ந்திடும் நாளும்
அதையெண்ணி நிமிடங்கள் ஓடும்....

மணியோசை தெரிவிக்கும் மிதிவண்டியில்
மடமடவென விரைந்திடவே வெளியில்
மகிழ்ச்சியுடன் கடிதம் கையில்
மாசற்ற அன்பென்றும் நெஞ்சில்....

---

தொலைதூரமும் அருகிருக்கும் உணர்வு
தொன்மையாகும் உற்றாரின் உறவு
தொடங்கிடும் கதையுடன் கனவு
தொடர்ந்திடும் நட்பில் உயர்வு....

உடனுக்குடன் பதிலறிந்திட முடியாத
உள்ளத்தில் உதித்திட்ட கேள்விகள்
உறைந்தே ஆவலுடன் காத்திருந்த
உயிரினில் கலந்திட்ட பதில்கள்....

சொல்லின் வலிமை எத்தகையது
சென்றே பேசுவதாய் உணர்த்தியது
சேர்ந்திட்ட பொருள்களும் நிறைந்தது
செவிவழி விழுவதாய் உணர்ந்தது....

நெடுநாள் காணாத அன்பும்
நீண்ட நலம்விசாரிப்பில் தெரியும்
நெஞ்சில் நின்றிருந்த துயரும்
நேசிப்போர் தகவலில் போகும்....

பேனாமையின் வாசம் படிந்திட்ட
பெற்றுக் கொண்ட காகிதங்கள்
பேசிடாத வசனங்களும் அடைந்திட்ட
பெருமை கொண்ட மொழிகள்....

அச்சிட்ட முத்திரையின் ஓசையில்
அஞ்சலகம் முழுவதும் நிரம்பிடும்
அசைந்திடும் பெட்டியில் விழுந்திடும்
அக்கறைகள் உடைய கடிதம்....

ஒவ்வொரு தாளும் விதைத்திடும்
ஒருயிரின் உள்ளிருக்கும் அன்பை
ஒப்பில்லா விளக்கங்களும் வந்திடும்
ஒளிர்ந்திட உயர்ந்திடும் பண்பை....

வெள்ளைத் தாள்களில் பதிந்திட்ட
வெற்றிடமில்லா ஆசை வரிகள்
வெள்ளோடை நீரினால் நனைந்திட்ட
வெள்ளிப் போலவே வாக்கியங்கள்....

கைகளினால் உரையாடும் கலையாகும்
கடலலையாய் தீண்டியே மொழிந்திடும்
விரல்களின் வழியே மீட்டிடும்
விசையாய் உணர்வைத் தந்திடும்....

தபால்காரரும் நண்பராகிட இங்கே
தகவல்களைத் திரட்டிட அங்கே
தந்திடத்தான் கடிதாசி வந்திடவே
தருணங்களும் அழகாய் நின்றிடவே....

வாசிப்பில் பிம்பங்களும் தோன்றிடும்
வாஞ்சையோடு இருந்திட வைத்திடும்
வாரங்களை கடந்தே சென்றிடும்
வரிசையாக நினைவுகள் மிளிர்ந்திடும்....

விழிகளின் துணையால் பிரதியெடுக்க
விண்ணப்பங்கள் யாவும் காத்திருக்க
விண்மீனாய் எழுதுகோள் ஒளிர்ந்திட
விரிவாய் உரைகளைப் படித்திட....

தகவல் தொடர்பின் அங்கமாகும்
தாங்கிய சுமைகள் பலவாகும்
திரட்டிய கோர்வைகள் காரணமாகும்
திகட்டிடாத பாசமும் பயணமாகும்....

முடிந்திடாத தொடர்கதை தொடர்ந்திட
முழுமையாக ஆயிரம்முறை பார்த்திட
முதன்மை பெற்றே விளங்கிட
முற்றிலும் உயிரைக் கண்டிட....

எத்தனையோ செயலிகள் இன்று
எட்டிடாது அஞ்சலின் உயிர்ப்பை
ஏற்றம்பெற்றன பந்தங்கள் அன்று
ஏக்கத்துடனே சேர்க்கும் தவிப்பை....

 முதற்கவிதை

என்றும் அழிந்திடாத ஓவியமாகும்
எழிலோடு எழுத்தும் கவிபாடும்
மீண்டும் ஒருமுறை எழுதிடவும்
மனம் நினைத்திட வேண்டிடும்....

**19**

# நிறைமாத நிலவே

உயிரினுள் உயிராய்
உயிர்த்திட்ட உறவே
உதிரமும் உடலுமாய்
உணர்கிறேன் உனையே....

உலகமும் உன்னில்
உனக்காக உறைந்திடவே
உள்ளுணர்வின் உற்சாகமாய்
உயிர்த்திட்டேன் உனதசைவினிலே...

தாயென்று அறியும்பொழுதினில்
தன்னிகரில்லா ஆனந்தமாய்
தனக்கென அனைத்திலும்
தாங்கிப்பிடிக்கும் ஆருயிராய்....

ஊடுகதிரில் உன்னுருவம்
பார்த்திட்ட அந்நொடி
ஊஞ்சலாய் மிதந்துவரும்
பாசமாகும் விநாடி....

திங்கள்பத்து சுமக்கின்ற
மணித்துளி ஒவ்வொன்றிலும்
தீராதவரம் பெற்றவளாய்
ஆர்ப்பரிக்கிறேன் அனுதினமும்....

முகமறியும் முன்னறே
நேசிக்கத் தொடங்கிடவே
முற்றிலும் முழுவதும்
உன்னையே தொடர்ந்திடவே....

மசக்கையில் மயக்கம்
மனதார கடக்கிறேன்
வாய்நீர் வாந்தி
இருந்தாலும் சகிக்கிறேன்....

ஒருசாய்ந்த தூக்கம்
அப்படியே எழுகிறேன்
மாறிவரும் ருசியும்
உனக்கெனவே உண்கிறேன்....

கால்விரல் கடுக்கம்
கடந்தே வருகிறேன்
முதுகெழும்பும் தேயும்
முன்னேற நினைக்கிறேன்....

மனநிலை மாற்றங்கள்
எதிர்கொண்டே வருகிறேன்
காலைநேர சோர்வு
கலங்கிடாமல் எழுகிறேன்....

எழும்புகள் இலகிட
நரம்புகள் இறுகிட
உதிரத்தால் நனைந்திட
கதறலும் தொடர்ந்திட....

உலகின் பெரும்வலியாம்
பிரசவ வலியெடுத்திட
உன்முகம் காணவே
மறுபிறவி எடுத்திட....

ஆயிரம் வலிகள்
அனுபிவித்த பிறகு
அதிசயமாம் உன்னை
பெற்றெடுத்தேன் கண்ணே....

பிஞ்சுவிரல் மொட்டுகள்
தீண்டிட எந்நாளும்
புன்னகை முகத்தினில்
பார்த்திட என்றென்றும்....

தவத்தின் நிறைவாய்
வரமாய் கிடைத்திட்ட
தங்கத்தைக் கண்ணாக
வாழ்வெல்லாம் காத்திடுவேன்....

# 20

# வறுமையின் நிலையில்...

நெல்சோறும் நல்துணியும்
பெற்றிடமுடியா நாள்தனில்
நெடுநாளும் நலிவுற்றிடும்
நலம்விரும்பிய தலைவன்....

நிலங்களின் வறட்சிகண்டு
நெஞ்சங்களில் குருதிவடித்த
விதைகளுக்கு உயிரூட்டிய
உணவளிக்கும் விவசாயி....

தனித்திறமையும் தீர்க்கமும்
திறனறிவும் வாய்த்திருந்தும்
கல்வியைத் தொடரமுடியா
நடுத்தரவர்க்க மாணவன்....

முதுகெழும்பும் வளைந்திட
முன்னேறவும் துணைத்தேடிட
முடங்கிய நிலையடைந்திட
முதுமையுடன் முதியோர்....

---

பிஞ்சுகளின் வயிற்றுக்காக
யாசித்தேனும் பெற்றிடும்
பிள்ளைகளின் பசியினை
போக்கத்தவிக்கும் தாய்மை....

தினத்தேவைக்காக தினமும்
தேடித்தேடி தேய்ந்திடும்
தீர்ந்திடாத தேவைகளுள்ள
தினக் கூலித்தொழிலாளி....

அடித்துவரும் அலைகளிலும்
அரித்திடும் மணல்களிலும்
அனைத்திலும் அல்லல்படும்
ஆற்றோற சிறுசிறுபுற்கள்....

அங்கிங்கும் ஆசைநிறைய
ஆயிரமாயிரம் பழக்கங்களை
அன்புடனே பகிர்ந்துகொள்ள
ஆதரவில்லா உறவற்றோர்....

பேதைமை நிலைக்கொண்டு
பகுத்தறிந்திடும் தெளிவற்று
பேணியதை தொலைத்திட்ட
பேராசைக்கொண்ட மனிதன்...

தலைவணங்கிட வேண்டிய
தனிச்சிறப்பு பொருந்திய
தன்மொழியின் புகழறியாத
தமிழ்மொழி ஞானமற்றோர்....

நிறைவான நிம்மதியிலும்
நிசப்தங்கள் பெற்றிடாமல்
நித்திரையிலும் புலம்பித்தீர்த்த
நிதானம் கொள்ளாதவன்....

கண்டதையெல்லாம் கடனாய்
கட்டுக்கடங்காமல் செலவிட்ட
தேவையற்ற ஆடம்பரத்தில்
கரைந்திட்ட கடனாளி...

காலமெல்லாம் காத்திடவும்
கதவுகளை அடைத்திட்ட
கற்றவைகளைக் கைவிட்ட
கனவினைத் தொலைத்தவன்

நஞ்சுக்களுக்கு நயந்திட்டு
நம்பிக்கையை கெடுத்திட்ட
நடுநிலையினைத் தவறவிட்ட
நன்றிகளை மறந்தவன்....

கல்வியென்பது கனவாய்
குடும்பச்சூழல் காரணமாய்
கண்டிப்பாக அழிக்கவேண்டிய
குழந்தைத் தொழிலாளி....

போற்றுதலுக்குரிய கடவுளை
பொக்கிஷத்தை தொலைத்து
பிறவியின் பயனறிந்திடாத
பெற்றோரைப் பேணாதவன்....

நலங்களை நல்கிடவந்திட்ட
நன்மையிலும் தீமையிலும்
நல்வழியில் நடந்திடச்செய்த
நல்லநண்பனை இழந்தவன்....

முயன்று வந்தபாதையை
முன்னெச்சரிக்கைக் கொண்டு
முன்னோடியாய் விளக்கிட்ட
மூத்தோர் சொல்கேளாதவன்....

அரைவயிற்றுக் கஞ்சிக்கு
அலைந்தே அலைக்கழிந்த
பசியாற்றிடப் போராடும்
பட்டினியால் அவதிப்படுவோர்...

தானென்பது யாதென்று
தண்மையில்லா எண்ணத்துடன்
தலைக்கனம் கொண்டுள்ள
தன்னிலை அறியாதவன்...

# 21

# நீயும் நானும்

கண்ணாரக் கண்ணனை
கற்பனையில் கரைந்தெடுத்து
காதலால் கசிந்துருகி
கனாக்களில் கவிபாடுகிறேன்...

கண்ணிமை இமைக்காமல்
கண்மணி அசையாமல்
கற்சிலையாய் நானும்
கண்டுகொண்டேன் உன்னையே....

கண்டவுடன் கடைக்கண்ணில்
கலந்திட்ட கலைநயம்
காண்கின்ற கணமெல்லாம்
கனாக்களில் கதிர்முகம்....

கண்ணுள் கமழ்ந்திட்டு
கண்ணாடியாய் எதிர்வரும்
காலமெல்லாம் கார்மேகமாய்
காதலைக் காட்டுகிறேன்....

ஓராயிரம் கனவுகளுடன்
உனக்கென உயிர்கொண்டு
ஒவ்வொன்றாய் நானும்
உனக்கெனவே உடனிருந்து....

நிழலைப்போல் நீங்காமல்
உன்னுடன் தொடர்ந்திட
ஒவ்வொரு மணித்துளியும்
உன்னில்வாழ விழைகிறேன்....

உனக்காக வாழ்வதையும்
உன்னில் உறைவதையும்
உன்னுடன் இருப்பதையும்
உதிரமாய் திகழ்வதையும்....

உற்றதுணையாய் வருவதையும்
உனதாய் ஆவதையும்
உலகமாய் மாறுவதையும்
உயிராய் எண்ணுகிறேன்....

விரல்பிடித்து விந்தைகள்
விண்ணெங்கும் வியாபிக்கும்
விசிறியாய் விண்ணப்பங்கள்
விருப்பத்தை வித்திடும்....

நீயும்நானும் நாமாகிய
நாள்முதல் நலமாக
நனைவதேனோ நானிலம்
நல்கும் நினைவுகளால்....

யாவுமாய் நீயிருக்க
உள்ளம்தோறும் நிறைந்திருக்க
யாழிசைக்கும் மனதும்
கேட்டிடும் நிமிடமும்....

யாதாயினும் எனக்கிங்கு
உடனிருக்க நீயிங்கு
யாசித்தேனும் பெற்றிடுவேன்
உற்றதெல்லாம் நீயாகிட....

சித்திரமாய் மாறுகிறது
சிந்தனைகள் உனதாகையில்
சிறகுகள் விரிக்கிறது
சிரிப்புடன் காண்கையில்....

சிற்பமாய் உன்பிம்பம்
சிறப்புடன் என்மனதில்
சித்திரையும் குளிர்கிறது
சிங்கார முகம்காண்கையில்....

நிலவொளியால் நனைகிறேன்
நித்தமும் நினைவுகளுடன்
ஆழ்கடலினும் பெரிதென்பேன்
ஆண்டாண்டாய் காதலை....

முகவரிகள் அறிந்துகொண்டேன்
முகம்பார்த்த அந்நொடி
முதல்முறை பார்த்திடுகையில்
முத்திரையாய் பதிந்துவிட....

முன்னிருக்கும் நிமிடமும்
முல்லையாய் மலர்ந்திட
மூங்கில் குழலோசை
முழுவதும் பனிமலை....

பாட்டுடன் பாவமும்
பன்னிரு திங்களும்
பார்த்துக் கொண்டிருக்க
பாசமொன்றே போதும்....

பயணங்கள் முடிவதில்லை
பக்கத்தில் நீயிருக்க
பார்வைகள் தீர்வதில்லை
பற்றிக்கொள்ள கரமிருக்க....

பாருலகமும் நீயென்பேன்
பதாகையுடன் நீயிருக்க
பல்லாண்டும் போதாதென்பேன்
பறவையாய் உடன்வர....

# 22

# பள்ளிக்கூடப் பாதைகள்

மிடுக்கெனவே கேட்டிடும்
வரிசையான மணிச்சத்தம்
மின்னலாய்ப் பறந்திடுவோம்
வகுப்பறைக்குள் நாமும்.....

வாழ்த்துப்பாடல் இசைக்கும்
விறுவிறுவென நடந்திட
முழங்கைநீட்டி சரிசெய்வோம்
இடைவெளியைக் கண்டிட....

அடுத்தவர் குரலாய்
மறைந்திருந்து ஒலிக்கும்
அடுக்கடுக்காய் நம்குரல்
வருகைப் பதிவினில்....

புதிதான பேனாதான்
பொழுதெல்லாம் பெருமைதான்
புன்னகையுடன் நண்பர்களிடம்
பொக்கிஷமாய் காட்டிடுவோம்....

காகிதமே பந்தாய்
அட்டையே மட்டையாய்
கிரிக்கெட் விழாவாய்
அதிர்ந்திடும் பொழிவாய்....

முனுமுனுக்கும் பேச்சுகள்
காவியமாய்க் கிறுக்கல்கள்
கண்பேசும் கவிதைகள்
ஆசிரியரின் பாடவேளையில்....

யாரும் அறியாமல்
மறைவாய் உண்ணும்
ஒருவாய் சோற்றிற்கு
அவ்வளவு ருசிவந்திடும்....

பாடவேளையில் வெளிசென்றால்
நேரே சென்றிடுவோம்
மீண்டும் வருகையில்
பள்ளியையே சுற்றிடுவோம்....

உணவுப்பெட்டி ஒன்றுதான்
கைகள்மட்டும் பத்திருக்கும்
பலசுவை விருந்துதான்
சமத்துவம் கற்றிடுவோம்....

வகுப்புத் தலைவரென
நிமிர்ந்து நடந்திடவே
பேசுபவரென கரும்பலகையில்
பெயர் வந்திடவே....

இடைவேளை குற்றாலமாகும்
தண்ணீர் பாட்டில்களுடன்
மைதானமும் கடற்கரையாகும்
காகிதக் கப்பல்களுடன்....

ஒருவித பதட்டத்துடன்
ஆசிரியரறை சென்றிடுவோம்
நண்பனின் நோட்டில்தான்
நடுப்பக்கம் கிழித்திடுவோம்....

பெற்றோர் சந்திப்பில்
பயத்துடன் சிரித்திடுவோம்
அம்மாவைத் தீவிரமாக
தயார்செய்து அழைத்திடுவோம்....

தேர்விற்கு முன்னிருக்கும்
அரைமணி நேரத்தினில்
புத்தகம் முழுவதும்
அலசிடுவோம் வேகத்தினில்....

ஆசிரியர் விடுமுறையை
அறிந்திடவே மகிழ்ந்திடுவோம்
ஓய்வுவேளை வந்துவிட்டால்
ஆனந்தமாய் விளையாடுவோம்....

வீட்டுப்பாடம் முடிக்காமல்
பயத்துடன் ஒழிந்திடுவோம்
விடுமுறை நாளெண்ணி
நாட்காட்டியை எடுத்திடுவோம்....

தேர்வுமுடிவு வந்தவுடன்
தேர்ச்சிக்கண்டு குதித்திடுவோம்
விடைப்பெறும் நேரத்தினில்
கண்ணீரால் சூழ்ந்திடுவோம்....

மரங்களின் நிழலும்
நூலகத்தின் சுவரும்
பள்ளித் தாழ்வாரமும்
புத்தகத்தின் வாசமும்....

சட்டையில் மைதான்
சந்தோஷமான ஓவியம்
சித்திரமாய் மாறிவிடும்
நிறைவான காவியம்....

நினைக்க மறந்ததில்லை
நீங்காத நினைவுகளை
கல்வெட்டாய் செதிக்கிடவே
பள்ளிச் சுவடுகளை....

**23**

# என்னைவிட்டு சென்றதேனோ

விழியிரண்டில் சந்தித்தேன்
விழிஈரமாய் போனதேனோ
பறவையாய் பறந்தேன்
சிறகொடிந்து போனதேனோ....

பரவசமாய் பூத்திருந்தேன்
பாதியில் பிரிந்ததேனோ
வாழ்வே நீயென்றேன்
வழிமறந்து நின்றதேனோ....

நினைவுகளை தேக்கிவைத்தேன்
நித்தமும் அழுததேனோ
அனைத்திலும் நீயாகினேன்
அழியாத்துயரம் தந்ததேனோ....

துணையென்று உனைநினைத்தேன்
தனிமரமாய் விட்டதேனோ
உன்னுருவம் பதித்திருந்தேன்
உறக்கத்தை தொலைத்ததேனோ....

பிரியமுடன் நானிருந்தேன்
பிறவியெல்லாம் கொன்றதேனோ
யாவற்றிலும் உனைக்கண்டேன்
பார்வையை பறித்ததேனோ....

நித்தமும் நீயானேன்
நிழல்பிரிந்து சென்றதேனோ
உன்சுவாசத்தை சுவாசித்தேன்
மூச்சின்றி போனதேனோ....

உயிரென உறைந்திருந்தேன்
பிணமாய் ஆனதேனோ
உரையாடலாய் இசைத்திருந்தேன்
மௌனம் நிறைந்ததேனோ....

தீண்டல்களால் உணர்ந்திருந்தேன்
துயரமனைத்தும் தந்ததேனோ
காலமெல்லாம் கரைந்திருந்தேன்
காதலை மறந்ததேனோ....

கனாக்களில் கண்டிருந்தேன்
கனவாய் கலைந்ததேனோ
புன்னகையை படம்பிடித்தேன்
புண்படுத்தி அழித்ததேனோ....

உனக்கெனவே உயிர்கொண்டேன்
தொலைதூரம் வீசியதேனோ
உன்னருகில் உயிர்த்திட்டேன்
உதிரமும் உருகியதேனோ....

ஒருயிராய் நானிருந்தேன்
ஒதுக்கி விட்டதேனோ
ஓராயிரம் கனாக்கண்டேன்
ஒன்றுமின்றி கரைந்ததேனோ....

புன்சிரிப்பை சேமித்தேன்
வறுமையில் வாடியதேனோ
மனமொன்றையே வேண்டினேன்
மகிழ்ச்சியை நீக்கியதேனோ....

காற்றாடியாய் உயர்ந்தேன்
கயிறறுந்து விழுந்ததேனோ
கண்ணிமையாய் உனைக்காத்தேன்
கலங்கியவிழி கொண்டதேனோ....

பொழுதெல்லாம் உடனிருந்தேன்
சேருமிடம் மறந்ததேனோ
இரவாயினும் உரையாடினேன்
இரக்கமில்லாமல் மறைந்ததேனோ....

<hr>

ஒட்டுமொத்தமும் நீயென்றேன்
ஊமையாய் மாறியதேனோ
காதல்கொண்டு நானிருந்தேன்
என்னைவிட்டு சென்றதேனோ....

# 24

## எனதினிய உடன்பிறப்பே

கருவறையை பகிர்ந்துகொண்டோம்
காலமெங்கும் துணையிருக்கவே
கருஉருவான இடத்தினிலே
கண்டஉதிரமும் ஒன்றானதே....

மழலையில் தெரியாமலேயே
மனதானது உன்னையேதேடியது
மழைக்கால கப்பல்களும்
மாலைகளை அழகாக்கியது....

விவரமறியாத பருவங்களும்
விட்டுக்கொடுக்காமல் இருந்தது
வீட்டில்செய்த சேட்டைகளும்
விண்ணையேத் தொட்டது....

பொருட்களை வைத்துக்கொண்டு
பேசாமலே தரமறுத்திடும்
பொன்னான நேரங்களும்
பெற்றிடமுடியுமோ இங்கு....

ஓடிஒளிந்துகொள்ளும் செய்திட்ட
ஒற்றை தவறுக்காகவே
ஒற்றுமையாய் மறைத்திடுவோம்
ஒரேமாதிரி அம்மாவிடம்....

நகலாகவேதான் அமைந்துவிடும்
நம்முடைய உருவமைப்புகள்
நட்புடனேதான் தொடர்ந்துவிடும்
நல்லெண்ணத்தின் புரிதல்கள்....

கதைகளையும் சேர்த்தேதான்
கண்ணுள்ளே வைத்திருந்த
மின்வெட்டின் பொழுதுகளும்
மின்னுகின்ற நினைவுகளும்....

உடைகளை மாற்றிஅணிவதில்
உடனடியாகவரும் வாக்குவாதம்
உள்ளம்மட்டும் சொல்லிடும்
உனக்குதான் நன்றாகஉள்ளதென....

சண்டைகளின் சத்தங்களும்
சந்துகளில் கேட்டிடுதே
சமாளித்து சிரித்துக்கொள்ளும்
சந்தோஷமும் பெற்றிடுதே....

தாய்மனம் கொண்டேதான்
தடைகளில் உடனிருந்தாய்
தடுமாற்றத்தை தடுத்திடத்தான்
தட்டிக்கொடுக்க நீவந்தாய்....

திருமணமெனும் நிகழ்வினால்
திசைசெல்கையில் ஏனோ
தனிமையினை உணர்ந்திட்டது
தவிப்பினில் ஆழ்த்திட்டது....

அதுவரையில் விளையாட்டாய்
அலைந்து கொண்டிருந்தநாம்
அகத்தினில் இருக்கின்ற துயரை
அப்பொழுது அறிந்துகொண்டேன்....

நலம் வேண்டிடும் நம்முள்ளே
நட்பினால் சூழ்ந்திடுதே
நதிக்கரையாய் நாமும்தான்
நடைபாதையைக் கடந்திடவே....

எனக்கென்று எதுவாயினும்
துடித்துவிடும் உங்கள்மனம்
என்நினைவுகள் எப்பொழுதும்
உங்களையே சுற்றிடும்....

என்பிள்ளையும் பெற்றுவிடும்
மற்றொரு தாய்தந்தையை
மட்டற்றமகிழ்ச்சி கண்டிடும்
எல்லையில்லா அன்பினால்....

உயிரில் கலந்திடும் சரிபாதியாய்
உடனுக்குடனே குறைத்தீர்க்கும்
உதவிகளும் உரிய நேரத்தினில்
உடனடியாகக் கிடைத்திடும்....

எவராயினும் எதிர்த்திடும்
எனக்குரிய பிரச்சனைகளில்
எதிர்பார்ப்பில்லா பாசத்தினால்
எப்பொழுதும் இருந்திடும்....

அனுதினமும் எனைநினைக்கும்
அன்பொன்றையே விளக்கிடும்
அக்கறைகள் நம்மைச்சுமக்கும்
அற்புதமாய்க் கிடைத்திடும்....

ஆயுள்வரை நிலைத்திருக்கும்
ஆத்மார்த்தமான உணர்வுகள்
ஆரம்பமும் நீங்களாகிட
அனைத்தையும் கடந்திடலாம்....

பிறவிகள் ஒவ்வொன்றிலும்
பிரியமான உறவுகளினால்
தங்களையே பெற்றிடவேண்டும்
தம்பியாக தங்கையாக....

# 25

# ஆண்பிள்ளை வளர்ப்பு

அடிப்படையான மாற்றங்கள்
இதிலிருந்தே துவங்குகின்றன
ஆண்பிள்ளைகளை வளர்த்திடும்
இயல்புகளும் மாறவேண்டும்....

தலைவன் நீயெனகூறுதல்
தலைக்கனத்தின் தொடக்கம்
துணையென்ற கூற்றேதான்
துன்பங்களை விலக்கிடும்....

உடனிருக்கும் பெண்களை
உற்றவர்களாக பாவிக்க
உரிமையுண்டு அவர்களுக்கும்
உறுதியாய் இருந்திட....

வீட்டுவேலைகள் பங்கீட்டில்
வித்தியாசமில்லை உன்னிடத்தில்
வாழும்வாழ்க்கை இருவருக்கும்
விட்டுக்கொடுத்தல் சிறக்கும்....

பெண்களை அழகின் வழிகாணாமல்
பெண்மையின் மகத்துவத்தை
போற்றிட வேண்டிய நிலையில்
பேரறிவுபெற்றே விளங்குவாய்....

ஆண்என்பதால் வலிமையின்
ஆதிக்கம்அதிகம் என்றல்ல
பெண்களின் மனவலிமை
பேரண்டத்தைவிடப் பெரியது....

சம்பாத்தியம் தனதென்று
சிறப்பித்துக் கொள்ளாதே
சரிநிகர்சமமாய் பலதுறை
சவால்களை அவள்செய்கிறாள்....

குடும்பமானம் என்றபெயரில்
கூண்டிலிருப்பது பெண்மட்டுமே
கற்பும்நெறியும் மதிப்பும்
காணும் ஆணுக்கும்பொருந்தும்....

தங்கையாய் தாயாய்
தாரமாய் தோழியாய்
மகளாய் உறவாய்
பரிணாமங்கள் ஏராளம்....

பெண்ணை மதிக்கத்தெரிந்தவனே
தெளிந்த சிந்தனைபெறுகிறான்
புரிந்துகொண்டு வாழ்பவனே
புத்துயிர் காண்கிறான்....

பாலியல் சமத்துவத்தை
பாடங்களால் பதியவைக்கவேண்டும்
பங்களிப்பின் முக்கியத்துவத்தை
பகுத்தறிவினால் புகட்டிடவேண்டும்....

வீடுகளில் மாற்றங்களை
விடாமல் கொண்டுவந்திடவும்
விருப்பங்களும் சமமென்று
வலிக்கண்டு சொல்லிடவும்....

பெண்ணை போதையாய்அல்ல
போற்றும்தெய்வமாய் பார்க்க
ஆண்பிள்ளைகளை கண்டிப்புடன்
ஆராய்ந்தே வளர்த்திடவேண்டும்....

அவளின் உடல்ரீதியான
மனரீதியான மாற்றங்கள்
அணுவளவும் ஆணால்
அதைத் தாங்கிட முடியாது....

நல்லமுறையில் வளர்க்கப்பட்ட
நன்னடத்தை உடையவனால்
நலனுடனே மனைவியை
நன்கு நடத்திடமுடியும்....

தனக்கென குடும்பத்தை
தனித்தே கட்டமைத்திட
தரணிபோற்றும் பெண்மையின்
தனித்துவம் அறியவேண்டும்....

மனைவியை வார்த்தையால்
மதிப்பின்றி நடத்திடும்போது
மறவாதே அவள்மற்றொரு
வீட்டின் இளவரசிஎன்று....

மகளை கணவனானவன்
எப்படிநடத்த நினைக்கிறோமோ
மனைவியை அவ்வாறு
நடத்திட கற்றுக்கொடுக்கவும்....

ஆண்வளர்ப்பு முறையினை
கட்டமைத்து கற்றுக்கொடுத்திட
அன்பான ஒழுக்கநெறியுடைய
பிள்ளையினை பெற்றிடலாம்....

அடக்குமுறையினை அழித்து
அனைத்தும் சமமென்ற
அழகான கோட்பாடை
அகத்திலிருந்தே பெறுவோம்....

# 26

# உனக்கென உணருகையில்

அகிலமும் அழகாக
அபூர்வம் அட்சதையாக
அண்டமே அகலாக - உன்
அன்பு அமுதானது....

அற்றைத்திங்கள் அன்று
ஆற்றிட்ட அதிசயமாய்
நீயும் உன் அன்பும்
நீங்காத நினைவுகளும்....

விழி விழிப்பது
விழித்திரை விழும்
வியப்பான உன்பிம்பம்
காண மட்டுமே....

செவிவழி விழும் - உன்
சொல் வலியனைத்தும்
விலக்கிடும் விந்தையாகும்....

நினைவு தெரிந்த
நாள் முதல்
பார்த்துப் பார்த்துப்
பழகிய பாருலகம்....

நீயின்றி நிமிடமும்
நகர மறுக்கிறது
நித்தமும் நின்
நிலையான நினைவால்....

நிகழ்ந்தது யாதாயினும்
நிகழ்த்துவது யாராயினும்
நிகழ்வது யாதெனினும்
நின் யாவற்றையும்....

நீக்கமற நியாபகத்தால்
நித்தமும் உயிரூட்டி
நிழலாய் யான்
நிலமென யாசிக்கிறேன்....

பக்கமிருக்கும் பொழுதுகள்
பாருலகமும் பிரகாசிக்கும்
தீண்டல்களும் காற்றாய்
தன்மேலே சீண்டிடும்....



முதற்கவிதை

பார்வைகளும் பேசிடும்
பலவிதமான மொழிகளை
பார்த்தேதான் கழிந்திடும்
பகலெல்லாம் விழிகளை....

கமழ்ந்திடுகின்ற மலராய்
காதலால் மலர்கிறேன்
கடிதங்களும் வரைந்திடவே
கண்களில் கற்றுக்கொண்டேன்....

இதயத்தில் துணையிருந்த
இணைந்திட்ட உறவாய்
இமைக்காமலே பார்த்திட்ட
இந்நேரமும் அழகாய்....

இரவும்பகலும் விழியினில்
தோன்றிடுதே இயல்பாக
இக்கணமும் மெய்யினில்
இருந்திடுதே சிறப்பாக....

கேட்கப்படாத கேள்விகளும்
தேவையான பதில்சொல்லும்
காரணங்கள் இல்லாவிடினும்
கண்டிடவே மனம்சொல்லும்....

கோபங்களும் மாயமாகும்
கடந்திடும் சிலவினாடிகளில்
கொட்டித் தீர்த்தாலும்
மறந்திடும் சிலநொடிகளில்....

காணாத நிமிடங்களில்
கவலைகள் தோய்ந்திடும்
காத்திருந்தே கரைகிறேன்
கண்தேடிடும் உன்பிம்பம்....

வாய்மொழி வார்த்தைகள்
வாட்டமாய் வாழ்வற்றுப்
போகும் உன்னிடம்
பேசாத நொடியனைத்தும்....

மலர்களை ஸ்பரிசிக்கும்
மாலைநேரக் காற்றாய்
மீண்டும் உன்வார்த்தை
மிதந்துவர மகிழ்கிறேன்....

எனக்கென எதுவாயினும்
எதிர்நோக்கும் மனது
உனக்கென உணருகையில்
துரும்பாயினும் துடிக்கிறது....

இணைபிரியாமல் நீயும்
இரண்டறக் கலக்க
இவ்வுலகமே நீயானாய்
இன்பமாக என்றென்றும்....

# 27

# நினைக்க மறந்தவை

தொழில்நுட்பமில்லாத காலங்கள்
தொடுகின்ற உணர்வுகள்
தொலைதூரம் வந்துவிட்டாலும்
தொடர்ந்திடும் பசுமைகள்....

ஒருவரோடு ஒருவராய்
முகம்பார்த்து கதைபேசுகின்ற
ஒப்பில்லாத வாழ்க்கைமுறை
முயன்றாலும் இனிவந்திடுமோ....

மனப்பாடமான கைப்பேசிஎண்
நியாபகத்தில் நிறைந்திருந்தது
மகத்தான சொந்தங்களும்
நீங்காமல் நிலைத்திருந்தது....

விழாக்காலம் களை கட்டியது
ஊரெங்கிலும் வாழ்த்துப்பாட
விண்ணைத் தொட்டுவிடும்
ஊர்வலத்தின் கூச்சல்கள்....

 முதற்கவிதை

வீதியெங்கும் சுற்றித்திரியும்
விண்மீனாய் சிறுவர்கூட்டம்
வீடுதங்காமல் பறந்திடும்
விடுமுறை நாள்களில்....

நண்பர்களுடன் விளையாடிடவே
மாலைகளும் வந்திடுதே
பேசிப்பழகிட நேரங்களும்
பொழுதெல்லாம் இருந்திடுதே....

பம்பரம் டயர்வண்டி
பட்டம் ஆடுபுலியாட்டம்
கில்லி கோலிகுண்டு
நுங்குவண்டி ஏழுகற்கள்....

உப்புமூட்டை கபடி
கண்ணாம்பூச்சி தாயம்
கிச்சுகிச்சு தாம்பாளம்
பரமபதம் பல்லாங்குழி....

பச்சைக்குதிரை பாண்டி
அச்சாங்கல் ஓட்டம்
பார்த்தேதான் கண்கள்
அடைந்தன நெகிழ்ச்சி....

ஓடியாடி மகிழ்ந்திடவே
எத்தனை விளையாட்டுகள்
ஓயாமல் சேர்ந்தேதான்
மணிகளும் கடந்திட்டன....

மரங்களினுடைய நிழல்களும்
மறக்கமுடியாத கதைபேசிடும்
பறவைகளின் ரீங்காரங்களும்
பாடல்களாய் ஒலித்திடும்....

கதைத்திட்ட பொழுதுகளும்
கண்களிலே ஒளிர்ந்தது
காணுமிடமெல்லாம் காற்றாய்
பசுமையினில் செழித்தது....

உடலுழைப்பினில் நோய்களும்
உருவம்தெரியாமல் ஓடியது
ஆரோக்கியம் அங்கிருந்தது
உணவே மருந்தாய்....

திண்ணைகளின் பொழுதுகள்
தினம்தோறும் அழகாகியது
திசையெங்கிலும் மலர்கள்
திரும்பியபக்கமும் கமழ்ந்தன....

வயல்வெளிகளில் தலையாட்டும்
வசந்தமான செடிகொடிகள்
வழுக்கிடும் பாறைகளில்
வந்துவிழும் தேனூற்றுகள்....

மனிதர்களிடம் பேசிப்பழக
மனங்களும் திருப்தியடைந்தன
மானுடம்கண்ட மகத்துவத்தை
மரியாதை செய்திட்டன....

கூட்டாஞ்சோறு ருசிக்குநிகர்
எதுவும் உண்டோ இங்கு
கூட்டாய் பாகுபாடின்றியே
எங்கும் சமைத்திட்ட நாள்கள்....

ஊரே உறவுகளானதுஅங்கு
வார்த்தைகளும் வளர்ந்தது
உலகின் பொற்காலமாய்
வாழ்ந்தேதான் இருந்தது....

மொழிகளின் பரிணாமங்கள்
மொத்தமாக வளர்ந்ததே
எழுத்துகளின் சொற்களும்
எங்கேயும் பிறந்ததே....

காலங்களும் மாறிவிட்டன
கருவிகளுடன் வாழ்ந்துவருகிறோம்
மீண்டும்ஒருமுறை அந்தநாள்கள்
மிதந்தே வந்திடுமோ...